KHÁM PHÁ | TIN LÀNH

Tin tức tốt lành nhất
mà bạn từng được nghe là gì?

Cẩm Nang Cho Người Hướng Dẫn

Bản dịch tiếng Việt: **VĂN PHẨM HẠT GIỐNG**

Khám Phá Tin Lành: Cẩm Nang Cho Người Hướng Dẫn

Originally published in English under the title
Christianity Explored Leader's Handbook (4th Edition)
by **The Good Book Company**
www.thegoodbook.co.uk
Copyright © 2016 Christianity Explored
www.christianityexplored.org

Bản dịch bản quyền © 2022 Văn Phẩm Hạt Giống.
Mã ISBN (Vietnam): 978-604-61-82324-2
Mã ISBN (Canada): 978-1-988990-47-7

Bảo lưu bản quyền. Không phần nào trong xuất bản phẩm này được phép sao chép hay phát hành dưới bất kỳ hình thức hoặc phương tiện nào mà không có sự cho phép bằng văn bản của nhà xuất bản giữ bản quyền, ngoại trừ các trích dẫn ngắn trong những bài phê bình sách.

Phần Kinh thánh được trích dẫn từ Bản Truyền Thống Hiệu Đính, trừ những phần có ghi chú bản dịch cụ thể. Bản quyền © 2010 bởi Liên Hiệp Thánh Kinh Hội. Đã được phép sử dụng. Bản quyền được bảo lưu.

Bản đồ dựa trên: https://commons.wikimedia.org/wiki/File:Kingdom_of_Israel_1020_map.svg, Richardprins, CC BY-SA 3.0 <http://creativecommons.org/licenses/by-sa/3.0/>.

CHÀO MỪNG ĐẾN VỚI
KHÁM PHÁ | TIN LÀNH

Khám phá Tin Lành giới thiệu về Giê-xu dựa trên nền tảng Phúc âm Mác.

Qua bảy chương, người đọc khám phá ra danh tính, sứ mệnh và tiếng gọi của Chúa Giê-xu: Ngài là ai, Ngài đã làm thành điều gì và Ngài muốn chúng ta đáp ứng như thế nào.

Điều gì làm cho Tin Lành trở thành "tin tức tốt lành"? Đó là sự nhận biết rằng mặc dù chúng ta dấy loạn nghịch cùng Chúa và xứng đáng phải đối mặt với sự đoán xét của Ngài nhưng chúng ta vẫn được Ngài yêu thương. Một tình yêu phi thường, đáng giá và đầy sự hi sinh, tình yêu đó đã tuôn tràn trên chúng ta tại một ngọn đồi nhỏ bên ngoài thành Giê-ru-sa-lem. Một tình yêu khiến chúng ta có thể hòa giải với Chúa và tận hưởng Ngài mãi mãi.

Từ khi cuốn sách được xuất bản lần đầu tiên năm 2001, hàng trăm ngàn người trên thế giới đã biết tới *Khám Phá Tin Lành* và nó đã được dịch ra hơn 30 ngôn ngữ.

Chúng tôi hy vọng rằng bởi Ân điển của Chúa cuốn sách này sẽ hữu ích cho bạn.

Đội ngũ *Khám phá Tin Lành*, 05/2016.

MỤC LỤC

Phần 1: Làm thế nào để tổ chức khoá học   7

  Cách để vận hành khóa học   9

  Trước khóa học   15

  Vai trò của Đức Chúa Trời và vai trò của chúng ta trong truyền giảng   19

  Để hiểu Phúc âm Mác   25

  Để những mong đợi của chúng ta trở nên đúng đắn   27

Phần 2: Hướng dẫn học   31

	Giới thiệu	33
BUỔI 1	Tin lành	35
BUỔI 2	Danh tính	43
BUỔI 3	Tội lỗi	51
BUỔI 4	Thập tự giá	61
BUỔI 5	Phục sinh	71
BUỔI 6	Ân điển	79
	Ghi chú về ngày tập trung xa	89
BUỔI 7	Đến và chịu chết	91

Phần 3: Ngày tập trung xa   101

  Ngày tập trung xa giới thiệu   103

Phụ lục   145

  Những câu hỏi từ Phúc âm Mác   125

Câu hỏi về niềm tin Cơ đốc	137
Chúng ta có thể tin vào Phúc âm Mác không?	145
Địa danh trong Phúc âm Mác	150
Lời thoại trong các tập Video	151

PHẦN 1
LÀM THẾ NÀO ĐỂ TỔ CHỨC KHOÁ HỌC

Trang *Khám Phá Tin Lành*

https://vanphamhatgiong.com/vi/kham-pha-tin-lanh/

cung cấp những thông tin về khóa học Khám Phá Tin Lành, những tài liệu bổ sung người hướng dẫn và người tham dự có thể tải về, những bài làm chứng từ những người đã tham dự chương trình, cũng như những thắc mắc thường gặp của những người đang tìm hiểu Tin Lành.

PHẦN 1 | CÁCH ĐỂ VẬN HÀNH KHÓA HỌC

Nói với người khác về Chúa Giê-xu Christ là một đặc quyền tuyệt vời và là một trách nhiệm lớn. Đó là một đặc quyền tuyệt vời bởi vì Chúa Toàn Năng sẵn lòng gọi chúng ta là "người cùng làm việc" của Ngài (1 Cô-rinh-tô 3:9). Ngài tìm và cứu người bị hư mất. Và đó là một trách nhiệm lớn bởi vì sự cám dỗ trong việc chia sẻ một phúc âm dễ nghe nhưng lại không có quyền năng để cứu và " hoàn toàn không phải là Phúc Âm" (Ga-la-ti 1:7). Chúng ta phải luôn cẩn thận, cầu nguyện và trung thành trong việc truyền giảng Phúc âm.

Khám phá Tin Lành được phát triển để Phúc âm nói về chính nó: trong cuộc hành trình của bảy loạt bài thông qua Phúc âm Mác mỗi nhóm học sẽ khám phá ra Chúa Giê-xu là ai, Ngài đã làm thành điều gì và Ngài muốn chúng ta đáp ứng như thế nào.

LỊCH TRÌNH CỦA KHÓA HỌC

Việc gặp nhau như thế nào và khi nào phụ thuộc vào bối cảnh của bạn. Nhiều khóa học hoạt động vào buổi tối giữa tuần trong suốt bảy tuần, với Ngày tập trung xa vào thứ bảy giữa hai chương 6 và 7. Nhưng có thể khác tùy vào trường hợp của bạn.

Tài liệu này có thể được dùng linh hoạt để phù hợp với hoàn cảnh của bạn, bao gồm việc gặp mặt một-một với một người bạn hoặc người hàng xóm. Tuy nhiên, bạn sẽ nhận ra rằng gặp nhau thường xuyên sẽ đem lại hiệu quả tốt hơn—và hãy nhớ đừng lướt qua bất kỳ một chương nào hay thay đổi thứ tự. (Hãy sử dụng tài liệu Ngày tập trung xa giữa chương 6 và 7, ngay cả khi bạn không đi xa hoặc dã ngoại)

Nếu đây là lần đầu tiên bạn chạy chương trình *Khám phá Tin Lành*, một vài gợi ý tại **https://vanphamhatgiong.com/vi/kham-pha-tin-lanh/** sẽ giúp ích cho bạn. Nó bao gồm hướng dẫn về:

- Thiết lập địa điểm
- Tìm kiếm và huấn luyện những người hướng dẫn
- Mời mọi người đến

Bảng dưới dây trình bày lịch trình của khóa học và những chủ đề được biên soạn liên kết với nhau như thế nào.

	CHƯƠNG	KHÁM PHÁ (Kinh thánh)	LẮNG NGHE (BÀI NÓI/ VIDEO)	THẢO LUẬN	NGHIÊN CỨU THÊM (VỀ NHÀ)
Danh tính	**Chương 1: Tin lành** Tin lành là về Đấng Christ.	Chào mừng	Tin lành	Bài nói thảo luận/ video	Mác 1:1–3:6
Danh tính	**Chương 2: Danh tính** Chúa Giê-xu là Đấng Christ (Vị vua duy nhất được Đức Chúa Trời chọn lựa) và Con của Đức Chúa Trời.	Mác 4:35–41	Danh tính	Bài nói thảo luận/ video	Mác 3:7–5:43
Nhiệm vụ	**Chương 3: Tội lỗi** Chúa Giê-xu đến để giải quyết nan đề bên trong tấm lòng của chúng ta —tội lỗi.	Mác 2:1–12	Tội lỗi	Bài nói/ thảo luận/ video	Mác 6:1–8:29
Nhiệm vụ	**Chương 4: Thập tự giá** Chúa Giê-xu chết để cứu chúng ta khỏi tội lỗi, bằng cách chịu sự trừng phạt mà chúng ta đáng phải chịu.	Mác 8:22–23	Thập tự giá	Bài nói/ thảo luận/ video	Mác 8:30–10:52
Nhiệm vụ	**Chương 5: Sự phục sinh** Sự phục sinh chứng minh rằng Đức Chúa Trời chấp nhận giá cứu chuộc Chúa Giê-xu đã trả, sự chết bị đánh bại và Chúa Giê-xu sẽ trở lại để đoán xét tất cả.	Mác 14:27–31	Sự phục sinh	Bài nói/ thảo luận/ video	Mác 11:1–13:37

PHẦN 1
CÁCH ĐỂ VẬN HÀNH KHÓA HỌC

	CHƯƠNG	KHÁM PHÁ (Kinh thánh)	LẮNG NGHE (BÀI NÓI/ VIDEO)	THẢO LUẬN	NGHIÊN CỨU THÊM (VỀ NHÀ)
Lời kêu gọi	**Chương 6: Ân điển** Chúa Giê-xu đã chết để giải hoà chúng ta với Đức Chúa Trời, cứu chúng ta khỏi tội lỗi bằng cách chịu sự trừng phạt mà chúng ta đáng phải chịu. Đó là Ân điển—món quà của Đức Chúa Trời cho kẻ không xứng đáng.	Mác 10:13–16	Ân điển	Bài nói/ thảo luận/ video	Mác 14:1–16:8
Lời kêu gọi	**Ngày tập trung xa** **1. Người gieo giống.** Chúng ta phải lắng nghe Chúa Giê-xu và thực hành điều chúng ta đã nghe. **2. Gia-cơ và Giăng.** Theo Chúa Giê-xu là sự phục vụ, không phải địa vị. Chúng ta cần cầu xin Chúa Giê-xu sự thương xót, không phải phần thưởng. **3. Hê-rốt.** Việc từ chối lời kêu gọi ăn năn và tin Chúa Giê-xu đến cuối cùng sẽ khiến chúng ta bị khước từ bởi chính Ngài.	Mác 4:1–9 và 13–20	Người gieo giống Gia-cơ và Giăng Hê-rốt	Bài nói/ thảo luận/ video	
Lời kêu gọi	**Chương 7: Đến và chịu chết** Người theo Chúa Giê-xu "phải từ bỏ chính mình, vác thập tự giá mình mà theo Ta". Nhưng những điều đã từ bỏ không là gì so với những gì chúng ta nhận được.	Mác 1:14–15	Đến và chịu chết	Bài nói/ thảo luận/ video	

Trong năm tuần đầu tiên, chúng ta sẽ tập trung vào Chúa Giê-xu là ai và những gì Ngài đã làm—**Danh tính** và **sứ mạng** của Ngài. Sau đó, trong hai chương cuối và phần Ngày tập trung xa sẽ nhấn mạnh đáp ứng của chúng ta đối với Chúa Giê-xu hay **tiếng gọi** của Ngài. Cụ thể, các thành viên tham dự sẽ khám phá lời của Chúa Giê-xu trong Mác 8:34: "Nếu ai muốn theo ta, phải từ bỏ chính mình, vác thập tự giá mình mà theo Ta."

CẤU TRÚC CỦA TỪNG PHẦN

Dưới đây là gợi ý về cấu trúc của một phần thực hiện trong một buổi tối. Tất nhiên, điều đó phụ thuộc vào bối cảnh của bạn, bạn có thể thay đổi thời gian hoặc dùng cafe và bánh thay vì một bữa ăn. Tương tự, bạn có thể cho học vào ban ngày nếu thời gian đó phù hợp hơn cho những người bạn đang tiếp cận.

18:30	Người hướng dẫn cầu nguyện cho buổi học
19:00	Dùng bữa
19:45	Khám phá (học Kinh thánh)
20:05	Lắng nghe (Bài nói/ xem video)
20:30	Thảo luận
21:00	Kết thúc buổi tối—"Một với một"

Ghi chú: Các khoảng thời gian là tương đối. Bạn có thể quyết định các chương ngắn hơn hoặc dài hơn phụ thuộc vào hoàn cảnh của bạn.

Bạn có thể thực hiện chương trình *Khám phá Tin Lành* qua việc người hướng dẫn chia sẻ Kinh thánh trực tiếp hoặc bằng cách sử dụng các DVD có sẵn. Video được trình bày bởi Rico Tice—Cựu nhân sự truyền giáo tại Nhà thờ All Sould, Langham Place, London.

Nếu bạn quyết định thực hiện khóa học này bằng cách giảng, bạn có thể tải xuống bố cục bài giảng từ trang *Khám phá Tin Lành*. Bạn cũng có thể tải xuống các bài giảng dưới dạng file pdf hoặc word để thuận tiện cho hoàn cảnh của bạn.

Nếu bạn quyết định chạy khóa học bằng DVD/videos, chú ý rằng mỗi tập đều có văn bản Kinh thánh trên màn hình, bắt buộc có máy chiếu hoặc màn hình chiếu nếu bạn sử dụng chúng cho những nhóm lớn.

Mỗi người tham gia khóa học (người hướng dẫn, những khách mời và người hướng dẫn khóa học) sẽ cần phải có một bản sao của Phúc âm Mác hoặc một cuốn Kinh thánh. Điều quan trọng là mọi người phải

PHẦN 1
CÁCH ĐỂ VẬN HÀNH KHÓA HỌC

sử dụng cùng một bản dịch và phiên để có số trang giống nhau. (Bản dịch tài liệu này đang sử dụng là Bản Truyền thống Hiệu đính 2010.)

- Người tham dự nên có Phúc âm Mác hoặc Kinh thánh trước khi bắt đầu khóa học, tốt nhất là tài liệu mà họ có thể giữ sau khi kết thúc khóa học.
- Tài liệu được cung cấp là bản sao của Cẩm Nang Học Viên.
- Bút viết nên có sẵn để người tham dự có thể đánh dấu hoặc viết xuống những câu hỏi.

TRƯỚC KHÓA HỌC

Trước khi khóa học bắt đầu, đây là một số điều bạn phải làm:

LÀM QUEN VỚI PHÚC ÂM MÁC, CẨM NANG VÀ VIDEO

Đọc qua sách Mác ít nhất ba lần. Làm quen với cẩm nang mà nhóm học của bạn sẽ sử dụng và xem hướng dẫn trả lời những câu hỏi trong chương hướng dẫn học của Cẩm Nang cho Người Hướng Dẫn (trang 31).

Khi bạn chuẩn bị, bạn có thể thấy được sự hữu ích của việc ghi chú trong Cẩm Nang Học Viên. Một vài người thích sử dụng chú thích trong Cẩm Nang Học Viên để hướng dẫn nhóm họ thay vì tham khảo lại cuốn Cẩm Nang cho Người Hướng Dẫn. Dù bằng cách nào, bạn cũng sẽ cảm thấy tự tin hơn trong việc hướng dẫn nhóm của bạn khi bạn đã chuẩn bị kỹ cho phần học Kinh thánh và thảo luận.

Khi các thành viên trong nhóm của bạn đã đọc qua Mác, bạn sẽ cần phải chuẩn bị để trả lời những câu hỏi sẽ được đặt ra dựa trên phân đoạn Kinh Thánh. Có một phần ở trang 125 sẽ giúp bạn chuẩn bị những câu hỏi trước. Nếu bạn không biết câu trả lời cho câu hỏi của ai đó trong quá trình học, chỉ cần thừa nhận sự thật và nếu có thể bạn sẽ đưa ra câu trả lời vào lần tới.

Nếu bạn đang sử dụng DVD của *Khám phá Tin Lành* hoặc các video tải xuống, thì hãy xem mỗi tập nhiều lần. Điều này sẽ giúp bạn trở nên quen thuộc hơn với tài liệu và cũng có thể hỏi lại trong quá trình thảo luận: "Bạn có nhớ trong video đã nói gì hay không?"

CHUẨN BỊ CÂU CHUYỆN CÁ NHÂN

"Nhưng hãy tôn cao Đấng Christ là thánh, là Chúa trong lòng anh em. Luôn sẵn sàng để trả lời những kẻ chất vấn về niềm hi vọng trong anh em, nhưng phải ôn tồn và trân trọng." (1 Phi-e-rơ 3:15)

Một câu chuyện hoặc lời làm chứng cá nhân là việc Chúa làm trong cuộc đời bạn. Cho dù câu chuyện của bạn có gây ấn tượng mạnh hay không, mỗi người được tái sinh và trở nên giống như Đấng Christ có một câu chuyện độc nhất, thú vị và đầy năng quyền. Một vài lúc trong khóa học, bạn sẽ cảm thấy có thể chia sẻ câu chuyện của mình cho nhóm học. Thường sẽ có vài người hỏi bạn trực tiếp về việc bạn trở nên một Cơ Đốc nhân như thế nào và bạn cần phải sẵn sàng để đưa ra câu trả lời.

Vài hướng dẫn dưới đây có thể giúp bạn khi bạn chuẩn bị câu chuyện của mình:

- Giữ cho câu chuyện luôn mang tính chân thật, cá nhân và thú vị.

Mẹo: Câu đầu tiên là bạn nên cho mọi người ngồi xuống và lắng nghe. Bất cứ câu gì chung chung như là "Vâng, tôi được lớn lên trong một gia đình Cơ đốc nhân..." có thể làm cho mọi người dừng lại ngay lập tức.

- Giữ cho nó ngắn gọn

Mẹo: Hơn ba phút có thể đòi hỏi sự tập trung của mọi người. Họ có thể đặt câu hỏi nếu như họ muốn biết thêm.

- Giữ cho nó chỉ hướng tới Đấng Christ, không phải bạn.

PHẦN 1
CÁCH ĐỂ VẬN HÀNH KHÓA HỌC

Mẹo: Câu chuyện của bạn là cơ hội tuyệt nhất để đưa đến Phúc âm. Luôn luôn bao gồm việc bạn tin cái gì, cũng như bạn tin vào điều đó như thế nào. Theo cách thông thường, hãy cố gắng giải thích tại sao bạn tin Chúa Giê-xu là Đức Chúa Trời, sự chết của Ngài tác động như thế nào đến cá nhân bạn và Chúa đã thay đổi điều gì trong cuộc đời của bạn.

- Chuẩn bị câu chuyện của cá nhân bạn. (Liệt kê một vài ý chính ở dưới.) Bạn sẽ thấy hữu ích khi chia sẻ câu chuyện của mình cho những người hướng dẫn khác và nhận lại phản hồi của họ.

_____

_____

CHUẨN BỊ CHO NHỮNG CÂU HỎI KHÓ

Hoàn thành chương 1 bằng cách hỏi mọi người trong nhóm để trả lời câu hỏi này: "Nếu bạn có thể hỏi Chúa một câu hỏi và nó sẽ được trả lời, thì bạn sẽ hỏi câu gì?" Điều này sẽ rút ra một số câu hỏi cần được trả lời cách cẩn thận. Phụ lục ở trang 123 sẽ giúp bạn giải quyết một vài câu hỏi thông thường mà mọi người có thể hỏi về Tin Lành và cụ thể là về Phúc âm Mác.

CẦU NGUYỆN

- Cho những người được mời sẽ tham gia khóa học.
- Chúa giúp bạn có thể chuẩn bị tốt.
- Cho việc tổ chức khóa học cách hợp lý.
- Cho mối quan hệ với những người cộng sự và nhóm học của bạn.
- Chúa trang bị để bạn dẫn dắt cách trung thành.
- Đức Thánh Linh sẽ mở mắt tâm linh cho những người tham gia.

VAI TRÒ CỦA ĐỨC CHÚA TRỜI VÀ VAI TRÒ CỦA CHÚNG TA TRONG TRUYỀN GIẢNG

Chúng ta cần phải phân biệt giữa vai trò của Đức Chúa Trời và vai trò của chúng ta trong truyền giảng Tin Lành. Nếu chúng ta cứ gắng hoàn thành vai trò của Đức Chúa Trời thì chúng ta sẽ rất thất vọng, bởi vì chỉ có Đấng Tạo Hóa mới đủ năng quyền để làm được điều đó.

Đọc 2 Cô-rinh-tô 4:1–6 và trả lời các câu hỏi sau:

1. Vai trò của Chúa trong truyền giảng là gì?

2. Tại sao nhiều người không thể hiểu được những lẽ thật trong Phúc Âm?

3. Vai trò của chúng ta trong việc truyền giảng là gì?

4. Chúng ta thực hiện vai trò của mình như thế nào trong việc truyền giảng?

VAI TRÒ CỦA CHÚA TRONG TRUYỀN GIẢNG

Vài trò của Đức Chúa Trời trong truyền giảng là gì? Đức Chúa Trời "đã soi sáng lòng chúng tôi, ban ánh sáng để hiểu biết vinh quang của Đức Chúa Trời trên gương mặt Đức Chúa Jêsus Christ.." (2 Cô-rinh-tô 4:6)

Hay nói cách khác, Chúa cho chúng ta nhận biết rằng Chúa Giê-xu là Đức Chúa Trời. Bởi Thánh Linh, Đức Chúa Trời cho phép một người được biết Chúa Giê-xu là ai. Khi Phao-lô đang trên đường đến thành Đa mách, ông thưa rằng; Lạy Chúa, Chúa là ai? Chúa phán rằng: Ta là Jêsus mà ngươi bắt bớ" (Công 9:5)

Đó chính là thời điểm của sự cải đạo, khi lần đầu tiên ông nhận ra Chúa Giê-xu thật sự là ai.

Phần đầu của 2 Cô-rinh-tô 4:6 nhắc nhở chúng ta về về lời của Ngài rằng: "sự sáng phải soi từ trong sự tối tăm".

Điều này giống với phép lạ mà Chúa đã làm trong buổi sáng thế được chép trong Sáng Thế Ký 1:3.

PHẦN 1
CÁCH ĐỂ VẬN HÀNH KHÓA HỌC

Chính Chúa đã đem ánh sáng đến thế gian trong ngày sáng tạo và bây giờ cũng chính Ngài chiếu sáng vào tấm lòng con người, để họ có thể biết Chúa Giê-xu là Đức Chúa Trời. Hay nói cách khác, để cho chúng ta nhận biết Chúa Giê-xu là Đức Chúa Trời thì Ngài phải thực hiện một phép lạ.

Một người trở nên Cơ Đốc Nhân không phải chỉ vì chúng ta chia sẻ phúc âm cho họ. Chúa phải chiếu ánh sáng của Ngài vào tấm lòng của họ thì họ mới nhận biết và đáp ứng với lẽ thật của Phúc âm.

Trong 2 Cô-rinh-tô 4:4, chúng ta biết rằng con người không thể nhận thấy được những lẽ thật của Phúc âm là vì " Thần của đời nầy làm mù lòa tâm trí của những người vô tín".

Phao lô nhắc nhở chúng ta đang đứng giữa trận chiến thuộc linh. Lý do nhiều người không nhận biết Phúc Âm là do ma quỷ đang hành động để ngăn chặn con người đến với Chúa Giê-xu. Ma quỷ làm mờ mắt con người bằng cách khiến chúng ta chạy theo những thứ của thế gian, những thứ hư không và không thể cứu chúng ta được. Mối quan tâm của họ tại thời điểm này chỉ là : danh tiếng, gia đình, các mối quan hệ, tài sản vật chất. Họ không nhìn thấy gì ngoài những điều đó.

Do đó, họ chỉ có thể nhìn thấy Chúa lúc này như là một người thầy đạo đức. Còn về ý nghĩa đời đời của Ngài đã bị giấu đi hoàn toàn. Như trong câu 4, Satan quyết tâm kéo con người ra xa khỏi "ánh sáng chói lòa về vinh hiển của Đấng Christ, là hình ảnh của Đức Chúa Trời", nó không muốn con người nhận thấy được Chúa Giê-xu là ai.

VAI TRÒ CỦA CHÚNG TA

Vai trò của chúng ta trong việc truyền giảng là gì? "Chúng ta ...rao giảng ...Đức Chúa Giê-xu là Chúa".

Từ "truyền giảng" có thể khiến chúng ta hiểu theo nghĩa tiêu cực, nó có nguồn gốc từ chữ "herald- người đưa tin hay là sứ giả": là người thông báo các tin tức quan trọng cho đức vua. Vai trò của chúng ta là nói về Phúc âm cho người khác và chính Đức Thánh Linh sẽ cảm động họ khiến họ tin vào lẽ thật của Phúc âm.

Câu Kinh thánh này nói về thái độ của chúng ta đối với truyền giảng. Chúng ta có thể là "kẻ tôi tớ cho mục đích của Chúa Giê-xu" II Cô-rinh-tô 4:5. Từ "tôi tớ" có nghĩa là " slaves- nô lệ" trong tiếng Hy Lạp. Phao lô nói về Chúa cho người khác mà không thể hiện bất cứ điều gì đến từ chính năng lực của bản thân ông.

Chúng ta phải nhớ rằng sự khác nhau duy nhất giữa chúng ta và người không tin Chúa chính là Đức Chúa Trời, vì lòng thương xót, Ngài đã làm sáng mắt và chiếu sáng tâm hồn chúng ta bởi Đức Thánh Linh. Vì vậy chúng ta phải biết ơn và tôn vinh Đấng Christ đời đời chứ không phải bản thân mình.

Chúng ta phải tiếp tục rao giảng về Đấng Christ là Đức Chúa Trời và phải ghi nhớ rằng chỉ có phép lạ của Chúa mới có thể mở mắt chúng ta để nhận biết Ngài và chúng ta cần tiếp tục cầu nguyện để chính sự sáng của Chúa sẽ soi vào trong tấm lòng của những người chưa tin.

2 Cô-rinh-tô 2:4–6 cũng giúp chúng ta có thể thực hiện đúng vai trò của mình trong việc truyền giảng, chúng ta không lừa dối, cũng không bóp méo lời của Đức Chúa Trời... Bằng cách bày tỏ lẽ thật một cách rõ ràng, chúng ta phó thác mọi lương tâm của con người trong cái nhìn từ Đức Chúa Trời, vì chúng ta không truyền giảng về bản thân nhưng về chính Chúa Giê-xu là Đức Chúa Trời.

Khi chúng ta nói về Chúa với con người, chúng ta phải dựa theo những tiêu chuẩn sau:

Trung thực: chúng ta không sử dụng những mánh khỏe lừa gạt. Chúng ta phải nói về Chúa một cách thẳng thắn, thành thật và chân thành, và không sử dụng bất cứ sự lôi kéo cảm xúc nào từ người khác.

Trung thành: Chúng ta không được bóp méo hay xuyên tạc lời Chúa. Nếu chúng ta không nói về những đau khổ, cái giá phải trả, ví dụ như,

PHẦN 1
CÁCH ĐỂ VẬN HÀNH KHÓA HỌC

về tội lỗi, địa ngục, về những điều chúng ta cần làm để ăn năn thì chính là chúng ta đang xuyên tạc lời Chúa. Nói về những lẽ thật khó khăn này đồng nghĩa với việc chúng ta hoàn toàn tin cậy vào chương trình kế hoạch mà Đức Thánh Linh đưa con người đến với Đức Chúa Trời...

Khiêm tốn: Chúng ta không nói về bản thân mình, nhưng chúng ta cần nói về Chúa Giê-xu, là Con Đức Chúa Trời. Chúng ta phải đưa mọi người đến với Chúa Giê-xu chứ không phải đến với bản thân chúng ta. Chúng ta phải nhớ rằng có một số người rất dễ xúc cảm, nhưng chúng ta muốn họ đưa ra quyết định tin vào Chúa Giê-xu Christ vì họ bị thuyết phục bởi lẽ thật và đang được Thánh Linh dẫn dắt, chứ không phải họ bị thao túng bởi sự ngưỡng mộ của họ đối với người lãnh đạo khóa học.

Khi chúng ta sử dụng khóa học *Khám phá Tin Lành* để rao giảng Phúc âm, chúng ta phải nhớ rằng một người có thể trở thành một Cơ Đốc Nhân hay không đều tùy thuộc vào Chúa. Chỉ duy chính Chúa mới có thể khiến họ sáng mắt, vì vậy chúng ta phải đặt niềm tin vào Ngài về kết quả.

ĐỂ HIỂU
Phúc âm Mác

Là một người lãnh đạo cho khóa học *Khám phá Tin Lành* thì việc tìm hiểu về Phúc âm Mác là điều rất quan trọng cho bạn trước khi bắt đầu khóa học này. Có một bài tập để giúp bạn thực hiện nó.

Hầu như trong Kinh thánh thì sách Phúc âm Mác đều được chia ra nhiều phân đoạn với các tiêu đề phụ. Khi bạn đọc xong mỗi phần nhỏ đó, bạn hãy tự hỏi mình rằng: **Phần này nói với tôi về điều gì..?**

- **Danh tính của Chúa Giê-xu** (Ngài là ai?)
- **Sứ mạng của Chúa Giê-xu** (Điều Ngài cần phải thực hiện?)
- **Tiếng gọi của Chúa Giê-xu** (Bạn đáp ứng với tiếng gọi của Chúa như thế nào?)

Bạn sẽ nhận thấy rằng trong mỗi phân đoạn của sách Phúc âm Mác đều sẽ nói về các chủ đề trong số ba chủ đề đó. Một cách tuyệt vời để chuẩn bị đó là viết "D" "S" "T" bên cạnh mỗi phần bạn đọc.

Khóa học *Khám phá Tin Lành* sẽ đi theo lần lượt từng chủ đề :

- Phần 1-2: **Danh tính**
- Phần 3-6: **Sứ mạng**
- Phần 6-7: **Tiếng gọi**

Điều tuyệt vời trong sách Mác—và *Khám phá Tin Lành*—đó là những người mù quáng sẽ nhìn thấy Danh tính của Chúa Giê-xu, sứ mạng và sự kêu gọi của Ngài. Điều mà ngay cả những người thân thiết nhất với Chúa Giê-xu cũng nhiều lần thất bại để nhận biết nó.

Niềm vui mừng lớn trong sách Phúc âm Mác—cũng như *Khám phá Tin Lành*—đó là khi họ dành thời gian với Chúa Giê-xu, họ sẽ được chữa lành sự đui mù thuộc linh. Và họ hiểu rõ rằng Chúa Giê-xu thực sự quý giá hơn bất cứ thứ gì khác trên vũ trụ này và họ sẵn sàng trả bất cứ giá nào để đi theo Ngài.

Để biết thêm về sự nhận biết, sứ mệnh và lời kêu gọi trong Phúc âm Mác, hãy truy cập **https://vanphamhatgiong.com/vi/kham-pha-tin-lanh/**.

ĐỂ NHỮNG MONG ĐỢI CỦA CHÚNG TA
TRỞ NÊN ĐÚNG ĐẮN

Chúa Giê-xu là người thầy thông thái nhất trong lịch sử. Tuy nhiên có một điều trong Mác chương 3 nhắc nhở chúng ta rằng:

- Những người có quyền lực mong Ngài chết (câu 6)
- Dân chúng muốn nhìn thấy những phép lạ của Chúa Giê-xu hơn là lời giảng dạy của Ngài (câu 9–10)
- Một trong những môn đồ đi theo Ngài cuối cùng sẽ phản bội Ngài (câu 19)
- Gia đình cho rằng Ngài là kẻ mất trí (câu 21)
- Những người có tín ngưỡng nói Chúa Giê-xu là ma quỷ (câu 22)

Tuy nhiên, cho dù có nhiều áp lực như vậy nhưng Chúa Giê-xu vẫn tiếp tục giảng dạy thay vì thay đổi hay cắt bớt đi thông điệp của mình: Ngài dùng nhiều ẩn dụ tương tự để giảng đạo, tùy theo khả năng tiếp thu của họ. (Mác 4:33)

Cũng vậy, chúng ta cũng đối mặt với nhiều áp lực. Vậy tại sao chúng ta luôn phải kiên định trong việc rao giảng lời Chúa cho những người mà dường như không muốn nghe và thậm chí chống đối lại chúng ta?

Chúa Giê-xu cho chúng ta thấy câu trả lời trong Mác chương 4: Lời Chúa sẽ tạo ra những kết quả không thể ngờ (câu 8, 20, 32). Nhưng Ngài cũng bắt đầu cảnh báo chúng ta về nỗi thất vọng và sự chậm trễ.

SẼ CÓ THẤT VỌNG

Đọc Mác 4:1–8, 14–20

Hạt giống (là từ mà như Chúa Giê-xu giải thích trong câu 14), có thể rơi nào những nơi không kết quả.

- Rơi dọc đường (câu 15)
- Nơi đất đá sỏi (câu 16)
- Bụi gai (câu 18)

Sẽ có những người khiến chúng ta rất vui khi họ tham gia buổi đầu tiên, nhưng không bao giờ trở lại. Sẽ có những người vui vẻ cam kết trong buổi thứ 7, nhưng vì áp lực gia đình, họ sẽ sớm nghĩ rằng điều này không đáng để trả giá bằng những rắc rối đó. Sau đó, có những người siêng năng tham dự mỗi tuần nhưng đến cuối cùng họ lại quyết định rằng tài sản vật chất của họ có ý nghĩa hơn hơn bất cứ điều gì họ đã nghe.

Thật thất vọng khi thấy các thành viên trong nhóm có vẻ như đáp ứng lại với thông điệp Phúc Âm nhưng sau đó lại thay đổi. Nhưng Chúa Giê-xu đã nói trước cho chúng ta về những điều đó.

SẼ CÓ SỰ CHẬM TRỄ

Đọc Mác 4:26–29

Chúa Giê-xu sử dụng phép ẩn dụ về hạt giống với lý do chính đáng: cần có thời gian để hạt giống nảy chồi.

Người gieo giống phải kiên nhẫn: cho dù ngủ hay thức, đêm và ngày, hạt giống cứ nảy chồi mọc lên, mà người không biết thể nào (Mark 4:27). Ta chỉ cần tin tưởng rằng hạt giống sẽ nảy chồi, mặc dù có vẻ như không có dấu hiệu gì xảy ra. Chúng ta sống trong một nền văn hóa tức thời—thực phẩm ăn liền, thông tin khẩn cấp, tín dụng biến động—và chúng ta cũng có thể mong đợi người tham dự có mối liên

PHẦN 1
CÁCH ĐỂ VẬN HÀNH KHÓA HỌC

hệ với Chúa ngay lập tức. Tuy nhiên, sự chậm trễ cũng là nằm một phần quan trọng giống như công việc của người gieo giống. Chúng ta cần chăm sóc, hỏi thăm những thành viên trong nhóm mỗi tuần, mỗi tháng, hoặc thậm chí mỗi năm sau khi khóa học này đã kết thúc.

Sẽ có những người dường như họ đồng ý với tất cả những gì được học trong suốt khóa học và bạn thường xuyên gặp họ, sau một năm họ vẫn đồng ý với những điều đó nhưng họ vẫn không trở thành Cơ Đốc Nhân.

Sẽ có những lúc chúng ta mất kiên nhẫn là muốn từ bỏ. Nhưng chúng ta phải tiếp tục gieo lời sự sống, tin vào quyền năng của Chúa và phải luôn nhớ rằng Chúa có kế hoạch riêng cho thời điểm của Ngài.

SẼ CÓ KẾT QUẢ ẤN TƯỢNG

Đọc Mác 4:30–32

Mặc dù nỗi thất vọng và sự chậm trễ là không thể tránh khỏi, vẫn luôn có một lí do xứng đáng để tiếp tục gieo lời Đức Chúa Trời vào cuộc đời người khác, như Chúa Giê-xu đã làm: " song khi gieo nó, nó mọc lên, trở nên lớn hơn mọi thứ rau, và nức ra thành lớn, đến nỗi chim trời núp dưới bóng nó được", Mác 4:32. Thậm chí một hạt giống rất nhỏ, như cây mù tạt, cũng có thể đem lại một kết quả ấn tượng.

Sẽ có những người đưa ra những vấn đề khác nhau mỗi tuần. Sau đó, đột nhiên một trong những người đó sẽ đến và nói với bạn rằng anh ấy hoặc cô ấy đã trở thành một Cơ Đốc nhân. Vài tháng sau, người đó đang cố gắng tận dụng mọi cơ hội phát triển trong sự hiểu biết của chính họ để có thể dạy Phúc âm rõ ràng hơn cho người khác. Và một năm sau đó, cũng người đó đã trở thành người lãnh đạo Khám phá niềm tin Cơ Đốc.

Như Chúa Giê-xu nói trong Mác 4:20 "những người chịu giống nghe tốt, là kẻ nghe đạo, chịu lấy và kết quả, một hột ra ba chục, hột khác sáu chục, hột khác trăm".

Thật đáng khích lệ khi biết rằng sức mạnh thay đổi cuộc sống tuyệt vời như vậy không nằm trong khả năng hùng biện của chúng ta—mà chính là sức mạnh từ lời của Đức Chúa Trời. Vì vậy, cho dù bất cứ nỗi thất vọng hay sự chậm trễ nào chúng ta phải chịu đựng, hãy cứ tiếp tục trung thành trong việc giảng dạy lời Đức Chúa Trời.

PHẦN 2 | HƯỚNG DẪN HỌC

GIỚI THIỆU

Phần hướng dẫn bài học này bao gồm các ý chính của bài nói và bài học xuyên suốt 7 phần của khoá học. Nó bao gồm tất cả tài liệu trong quyển Cẩm Nang Học Viên. Tuy nhiên, nó cũng bao gồm những hướng dẫn cụ thể cho nhóm trưởng, ghi chú thêm và câu trả lời cho từng câu hỏi.

- Đừng lo lắng nếu bạn không có đủ thời gian để trả lời tất cả câu hỏi với nhóm của bạn—điều quan trọng nhất là lắng nghe khách mời và trả lời những câu hỏi của họ.
- Cố gắng không dùng thuật ngữ tôn giáo vì nó xa lạ với thành viên trong nhóm. Nhớ rằng những từ hoặc câu quen thuộc cho Cơ Đốc nhân (như dân ngoại, thanh tẩy bởi huyết, Chúa,...) dường như xa lạ với những người chưa đi nhà thờ.
- Nếu khách mời vắng 1 tuần, dành thời gian trong bữa ăn để tóm tắt lại những điều đã học trong tuần vừa rồi.
- Nếu một vài khách mời không tin tưởng Kinh thánh đúng với lịch sử. Nếu vấn đề này xảy ra trong khi thảo luận, hướng dẫn họ đọc trong phần độ tin cậy của Phúc âm Mác trang 71 trong cẩm nang của họ, hoặc tặng cho họ sách *Can you really trust the Bible?* (Tạm dịch: *Bạn có thể tin vào Kinh thánh không?*) của Barry Cooper.

BUỔI 1
TIN LÀNH

- *Chào mừng khách mời đến với Khám phá Tin Lành và giới thiệu bản thân. Đảm bảo tất cả mọi người đều đã giới thiệu bản thân họ. Cố gắng nhớ tên để chuẩn bị cho tuần đến.*
- *Đưa ra một lời giới thiệu ngắn. Nếu bạn có nhiều hơn một nhóm thảo luận, tốt nhất chỉ nên một người hướng dẫn hoặc diễn giả chia sẻ chung cho tất cả mọi người trước. (Những hướng dẫn dưới đây chỉ là gợi ý chung)*

Để bắt đầu, tôi muốn chắc chắn rằng:

- Bạn sẽ không được yêu cầu đọc lớn, cầu nguyện, hát hoặc làm bất kì điều gì khiến bạn cảm thấy khó chịu.
- Chúng tôi sẽ không lấy số điện thoại và làm phiền bạn. Nếu bạn quyết định không quay lại, chúng tôi vẫn thấy rất vui vì bạn đã đến ngày hôm nay.
- Bạn có thể hỏi bất cứ câu hỏi nào bạn muốn, hoặc cứ tự nhiên chỉ ngồi hoặc lắng nghe.

Qua 7 phần tiếp theo, chúng ta sẽ khám phá 3 câu hỏi trọng tâm của Tin Lành: Chúa Giê-xu là ai? Ngài đã làm thành việc gì? Và chúng ta nên đáp ứng như thế nào?

Đồng thời, chúng ta cũng dành thời gian để trả lời bất cứ câu hỏi nào của bạn. Trong thời gian thảo luận trong nhóm nhỏ, chúng ta sẽ được tự do để trò chuyện cho đến hết buổi tối.

Chúng tôi muốn bạn có cơ hội để thật sự gặp gỡ Chúa Giê-xu. Đó là lý do chúng ta sẽ cùng với nhau khám phá một sách trong Kinh thánh, Phúc âm Mác.

Chúng tôi mong bạn có thể tự mình khám phá ra lẽ thật. Đó là lý do chúng tôi muốn gửi đến bạn một kế hoạch đọc xuyên suốt sách Mác theo từng phần đã được sắp xếp. Để rồi, chính bạn có thể kiểm chứng những điều mình đọc.

Bạn cứ tự nhiên ghi chú và đặt câu hỏi khi bạn nghe bài chia sẻ. Cẩm nan của bạn có khoảng trống để bạn ghi chép.

Phát cho mỗi khách mời một sách Phúc âm Mác hoặc Kinh thánh và một cẩm nang học viên.

Giải thích 4 phần trong quyển cẩm nang:

- **Khám phá** = cùng nhau đọc Kinh thánh và nói với nhau về những điều chúng ta đã đọc. (Phần 1 không có)
- **Lắng nghe** = cùng nhau nghe Bài chia sẻ hoặc xem video và ghi chú dựa trên ý chính trong cẩm nang.
- **Thảo luận** = cùng thảo luận về một vài điểm trong bài chia sẻ.
- **Tiếp nối** = tự đọc Kinh thánh Phúc âm Mác; sau đó đặt bất kì câu hỏi nào vào buổi gặp tiếp theo.

Hướng dẫn nhóm biết cách tìm sách Mác trong Kinh thánh (Nếu bạn đang sử dụng quyển Kinh thánh trọn bộ) và tìm địa chỉ chương và câu, ví dụ: Mác 1:1-3:6. Bạn có thể muốn giải thích Mác không muốn chia sách của ông ra nhiều đoạn như vậy. Những địa chỉ này được thêm vào sau này để dễ giúp chúng ta dễ đọc hơn.

BUỔI 1 | **TIN LÀNH**

KHÁM PHÁ

Hỏi nhóm của bạn câu hỏi sau đây. câu hỏi đầu tiên không có trong cẩm nang.

Tên của bạn là gì và điều gì đem bạn đến với *Khám phá Tin Lành*?

Câu hỏi này được đặt ra để giúp thành viên trong nhóm biết nhau và giúp bạn bắt đầu hiểu tại sao họ đến với khoá học.

Hỏi nhóm của bạn câu hỏi trong trang số 7 của Cẩm Nang Học Viên.

Tin tức tuyệt vời nhất bạn từng được nghe là gì?

Câu hỏi này như một câu hỏi phá băng và để giới thiệu về chủ đề "Tin lành" trước khi bắt đầu trò chuyện hoặc xem video.

LẮNG NGHE

(Trang số 8 trong Cẩm Nang Học Viên.) khích lệ nhóm của bạn ghi chú và đặt câu hỏi nếu có trong khi lắng nghe bài chia sẻ Kinh thánh hoặc video. có khoảng trống để ghi chép trong cẩm nang.

> *"Khởi đầu Tin Lành của Đức Chúa Giê-xu Christ..." (Mác 1:1)*

- Khi nhìn thấy trật tự và vẻ đẹp của thế giới và cơ thể con người, chúng ta thường hay đặt ra câu hỏi có phải mọi thứ đều do tự nhiên mà có không? Hay có ai đó đã tạo ra tất cả những điều này?

- Kinh thánh nói rằng Đức Chúa Trời là Đấng tạo dựng nên vũ trụ nơi chúng ta đang sinh sống và cơ thể mà chúng ta đang cư ngụ. Vậy làm thế nào chúng ta có thể nhận biết Ngài?
- Chúng ta có thể biết Đức Chúa Trời bằng cách nhìn xem Chúa Giê-xu Christ.
- Tin Lành nói về Đấng Christ—danh xưng này có nghĩa là "Vị vua duy nhất do Đức Chúa Trời lựa chọn ".
- Tin Lành là "Phúc Âm"—là tin tức tốt lành—về Chúa Giê-xu Christ.
- Khi Chúa Giê-xu chịu phép báp têm, Đức Chúa Cha đã phán rằng: "Nầy là Con yêu dấu của Ta".
- Đức Chúa Trời đã bày tỏ chính mình Ngài trong lịch sử nhân loại thông qua Đức Chúa Giê-xu Christ. Khi chúng ta nhìn vào Chúa Giê-xu, mọi trò chơi suy đoán về Đức Chúa Trời đều kết thúc.

Tuỳ vào bản dịch mà từ Chúa Giê-xu Christ có thể bị thay thế bằng Chúa Giê-xu, Đấng Mê-si-a. Đừng lo lắng vì 2 từ này có cùng ý nghĩa. Chúng đều nói về vị Vua mà Đức Chúa Trời hứa ban xuống thế gian. "Christ" là tiếng hy lạp trong khi "Mê-si-a" là tiếng Hê-bơ-rơ.

THẢO LUẬN

(Trang số 9 trong Cẩm Nang Học Viên.) Hỏi nhóm của bạn nếu họ có bất kì câu hỏi này xuất hiện hoặc có điều gì làm họ bất ngờ từ bài nói/video. Điều này sẽ giúp họ phản hồi một cách cụ thể về điều vừa được nghe, trước khi tiếp tục chuyển qua những câu hỏi thảo luận.

1. Có điều gì làm cho bạn phải suy nghĩ hay thắc mắc về Chúa Giê-xu không?

Các câu trả lời cho câu hỏi này sẽ giúp bạn cảm nhận được các thành viên trong nhóm và những suy nghĩ hiện tại của họ về Chúa Giê-xu. Đừng bị cám dỗ bình luận về tất cả những điều đó. Có nhiều thời gian để những suy nghĩ đó được thay đổi trong suốt 7 bài học. Tuy nhiên, nếu bạn biết rằng một vấn đề nào đó sẽ được đề cập trong các phần về sau, hãy để các thành viên biết bạn sẽ thảo luận về vấn đề đó vào những phần sau đó.

2. Bạn cảm thấy thế nào khi đọc Phúc âm Mác?

Từ bài nói, các thành viên trong nhóm có hiểu rằng Cơ đốc giáo nói về Chúa Giê-xu Christ và Mác bày tỏ Tin lành về Chúa Giê-xu không? Điều này nghĩa là việc đọc Phúc âm Mác là một cách tuyệt vời để khám phá Cơ đốc giáo.

Một số thành viên trong nhóm của bạn có thể sẽ không chắc chắn hoặc lo lắng về việc đọc qua toàn bộ cuốn Kinh thánh. Hãy trấn an họ rằng bạn sẽ giúp họ với bất kỳ câu hỏi nào về những gì họ đọc được.

3. Nếu được hỏi Đức Chúa Trời một câu hỏi và bạn biết rằng Ngài sẽ trả lời, bạn sẽ hỏi gì?

Yêu cầu nhóm của bạn chia sẻ câu trả lời của họ nếu họ muốn. Ghi chú lại những gì họ đang nói để bạn có thể giải quyết nó về một số vấn đề trong suốt khóa học. Hãy lắng nghe cẩn thận mọi câu hỏi và đảm bảo với nhóm rằng sẽ có cơ hội quay lại với những điều đó trong quá trình của loạt bài học *Khám phá Tin Lành*. (Một số câu hỏi sẽ được trả lời bởi các nghiên cứu và bài nói/video về Kinh thánh và một số câu hỏi—như câu hỏi về sự đau khổ—được giải quyết tốt nhất sau khi đi qua các bài nói về tội lỗi hoặc thập tự giá). Xem trang 137 để được hướng dẫn về các câu hỏi phổ biến.

Câu hỏi phụ để hỏi nhóm của bạn:

Suy nghĩ về Chúa mà các bạn đang đặt câu hỏi. Đức Chúa Trời đó sẽ trông như thế nào?

Điều này sẽ cho các bạn gợi ý về quan điểm hiện tại về Đức Chúa Trời của họ. Bạn có thể muốn nhắc lại một vài quan điểm này trong những phần sau như một đặc tính của Đức Chúa Trời, được bày tỏ rõ ràng qua Con của Ngài, Chúa Giê-xu.

↪ NGHIÊN CỨU THÊM

(Trang số 10 trong Cẩm Nang Học Viên). Để mọi người biết rằng họ có một phần gọi là "Nghiên cứu thêm" trong phần cẩm nang, và họ cần đọc qua trước khi đến phần tiếp theo của bài học.

Nếu còn thời gian, cùng với nhau trả lời câu hỏi đầu tiên để hướng dẫn cách thực hiện việc kế hoạch đọc Kinh thánh cá nhân. Điều này sẽ khiến bạn hạn chế bối rối và giảm bớt thời gian tự học ở nhà cho phần đầu tiên này.

Đọc Mác 1:1–20

1. Từ "Phúc Âm" có nghĩa là "Tin tức tốt lành". Sứ đồ Mác bắt đầu sách Tin Lành của mình với ba tuyên bố về Chúa Giê-xu:

    a) Bởi các tiên tri (Sứ giả) trong Cựu Ước (Mác 1:2–3)
    b) Bởi Giăng Báp-tít (Mác 1:7)
    c) Bởi chính Đức Chúa Trời (Mác 1:11)

Các tuyên bố này cho biết gì về Chúa Giê-xu?

a) Các tiên tri thời Cựu Ước đã chỉ ra Chúa Giê-xu là Đức Chúa Trời. Họ nói rằng sẽ có ai đó sẽ đến trước Chúa Giê-xu để dọn đường cho Ngài.
b) Giăng Báp-tít, chính ông là một nhà tiên tri vĩ đại, đã nói rằng Chúa Giê-xu là Đấng quyền năng hơn ông.
c) Thiên Chúa đã mô tả Chúa Giê-xu là Con của Ngài, Người mà Ngài yêu và Ngài đẹp lòng.

Đọc Mác 1:21–2:17

2. Trong chương 1 và 2, Chúa Giê-xu đã bày tỏ thẩm quyền của Ngài trong những tình huống khác nhau. (Hãy xem Mác 1:16–20, 21–22, 23–28, 40–45; 2:1–12.) Khi Chúa Giê-xu phán hoặc hành động thì điều gì xảy ra?

- Ngài gọi những người mà ngay lập tức họ bỏ những việc họ đang làm và đi theo Ngài (Mác 1:16–20)

- Mọi người ngạc nhiên vì Chúa dạy dỗ với uy quyền, và không giống các nhà lãnh đạo tôn giáo của họ (Mác 1:21–22)

- Chúa quở trách ma quỷ và chúng rời đi (Mác 1:23–28)

- Chúa chữa lành bệnh tật, ngay cả những bệnh nghiêm trọng nhất (Mác 1:29–34, 40–45)

- Chúa tha thứ tội lỗi (Mác 2:1–12)

Đọc Mác 2:18–3:6

3. Ngay trong thời gian đầu thi hành chức vụ, việc Chúa Jêsus làm đã gây ra những ý kiến trái chiều. Một số người vô cùng kinh ngạc về Ngài, trong khi những người khác lại tỏ ra tức giận. Bạn có ấn tượng ban đầu về Chúa Jêsus thế nào?

Sứ đồ Mác khi viết ra phần đầu tiên trong sách Phúc Âm của ông ấy là để gợi ra câu hỏi: Chúa Giê-xu là ai? Câu hỏi 3 được thiết kế để khuyến khích các thành viên trong nhóm suy ngẫm về những gì họ đã học được về danh tính của Chúa Giê-xu.

Bạn còn có câu hỏi nào về phân đoạn Mác 1:1–3:6 không?

Bài tiếp theo sẽ bắt đầu bằng việc các thành viên trong nhóm được hỏi rằng họ có bất kỳ câu hỏi nào về sách Phúc âm Mác khi đọc ở nhà. Bạn sẽ tìm thấy sự giúp đỡ để trả lời những câu hỏi khó từ Phúc âm Mác trong phần phụ lục ở trang 125.

BUỔI 2
DANH TÍNH

◉ KHÁM PHÁ

- Đề nghị khách mời mở ra trong Buổi 2 trong trang 13 của quyển cẩm nang học viên.
- Hỏi nếu có bất kì câu hỏi nào từ phần nghiên cứu thêm của bài trước. Phần phụ lục trong trang 125 gợi ý trả lời những câu hỏi phổ biến trong Mác.
- Yêu cầu mọi người mở Phúc âm Mác chương 4 trong Kinh thánh. Một trong các nhóm trưởng đọc Mác 4:35–41.

1. Các môn đồ có hy vọng nào để có thể sống sót qua cơn bão?

Hầu như không có. Chiếc thuyền đã gần như bị ngập nước (câu 37). Khi họ đánh thức Chúa Giê-xu, họ nghĩ rằng họ chắc chắn bị chết đuối (câu 38).

2. Có điều gì đáng chú ý trong cách Chúa Giê-xu dẹp yên cơn bão? (xem Mác 4:39)

Chúa Giê-xu đã làm điều đó chỉ qua việc phán vài từ trên thế lực thiên nhiên. Việc Chúa Giê-xu làm yên ngay lập tức không chỉ cơn gió dữ dội mà cả những con sóng khổng lồ mặc dù thông thường sóng vẫn còn hàng giờ sau khi gió qua đi—cho thấy một phép lạ đã xảy ra.

3. Các câu Kinh thánh dưới đây (trích từ Thi Thiên 107) là một bài ca ngợi khen Chúa về quyền năng của Ngài trên biển cả. Các môn đồ của Ngài có lẽ cũng biết rõ bài ca này. Bạn hãy đọc và tìm những điểm tương đồng với trải nghiệm của các môn đồ trong Mác 4:35–41.

> ²³ *Có người đi tàu trên đại dương,*
>
> *Và làm việc nơi biển cả;*
>
> ²⁴ *Họ thấy công việc Đức Giê-hô-va,*
>
> *Xem phép lạ Ngài trong nước sâu,*
>
> ²⁵ *Ngài khiến bão tố thổi qua,*
>
> *Và ba đào dồi dập;*
>
> ²⁶ *Vọt lên tận trời cao, rồi chìm xuống vực sâu;*
>
> *Trong cơn khốn khổ, lòng can đảm tiêu tan.*
>
> ²⁷ *Họ choáng váng lảo đảo như người say;*
>
> *Sự khôn ngoan tiêu mất.*
>
> ²⁸ *Bấy giờ trong cơn gian truân họ kêu cầu Đức Giê-hô-va,*
>
> *Và Ngài giải cứu họ khỏi cảnh hoạn nạn.*
>
> ²⁹ *Ngài làm ngừng bão tố;*
>
> *Khiến ba đào lặng yên.*
>
> ³⁰ *Họ vui mừng vì sóng êm biển lặng;*
>
> *Chúa dẫn họ đến bến bờ ước ao.*
>
> ³¹ *Nguyện người ta cảm tạ Đức Giê-hô-va vì lòng nhân từ của Ngài,*
>
> *Và vì các phép màu mà Ngài đã làm cho con loài người.*
>
> *(Thi Thiên 107:23–31)*

BUỔI 2 | DANH TÍNH

Bạn thấy có những điểm tương đồng nào?

Thành viên nhóm có thể đưa ra một số hoặc tất cả những điều sau đây. Không có vấn đề gì nếu họ bỏ lỡ một hoặc hai điều. Mục đích là để sự liên kết chặt chẽ giữa bài thơ ca Cựu Ước này về Đức Chúa Trời, được viết khoảng một ngàn năm trước khi Chúa Giê-xu ra đời nhưng được hát thường xuyên trong các nhà hội và các sự kiện trong Mác 4:35–41.

THI THIÊN 107	TRÍCH DẪN TỪ THI THIÊN	KINH NGHIỆM CỦA CÁC MÔN ĐỒ
Câu 23	"làm việc nơi biển cả"	Một vài môn đồ đã từng là người đánh cá.
Câu 24	"Họ thấy công việc Đức Giê-hô-va, Xem phép lạ Ngài trong nước sâu."	Các môn đồ đã nhìn thấy Chúa Giê-xu dẹp yên cơn bão
Câu 26	"Vọt lên tận trời cao, rồi chìm xuống vực sâu"	Cơn gió mạnh đe dọa đánh chìm thuyền của họ.
Câu 26	"Trong cơn khốn khổ, lòng can đảm tiêu tan."	Các môn đồ sợ hãi.
Câu 27	"Sự khôn ngoan đều tiêu mất"	Khi các môn đồ đánh thức Chúa Giê-xu, họ chắc chắn rằng họ không thể làm gì để tự cứu mình
Câu 28	"trong cơn gian truân, họ kêu cầu Đức Giê-hô-va"	Các môn đồ kêu cầu với Chúa Giê-xu, mặc dù họ dường như không mong đợi Ngài có thể giúp đỡ.
Câu 28–29	"Và Ngài giải cứu họ khỏi cảnh hoạn nạn. Ngài làm ngừng bão tố, Khiến ba đào lặng yên."	Chúa Giê-xu đã cứu các môn đồ của mình bằng cách làm yên cả gió và sóng.

4. Bài ca (Thi Thiên 107:30) và câu chuyện (Mác 4:41) có hai kết thúc khác nhau. Tại sao các môn đồ vẫn còn kinh hãi sau khi cơn bão đã được dẹp yên?

Đó là một bài thơ ca để hát ca ngợi Đức Chúa Trời vì quyền năng của Ngài trên gió và những con sóng. Thật là một điều khác khi ở trong một chiếc thuyền với một người đàn ông làm yên biển và gió bằng một từ—đặc biệt là khi vài giây trước bạn đã đánh thức ông ấy một cách không lịch sự để phàn nàn rằng ông ấy đã không quan tâm! Sự thật tuyệt vời về danh tính của Chúa Giê-xu đã bày tỏ rõ ràng cho các môn đồ.

🔊 LẮNG NGHE

(Trang số 16 trong Cẩm Nang Học Viên). Khích lệ nhóm của bạn ghi chú và đặt câu hỏi nếu có trong khi lắng nghe bài chia sẻ Kinh thánh hoặc video. Có khoảng trống để ghi chép trong cẩm nang.

> *"Người nầy là ai mà gió và biển đều vâng lời người!"* (Mác 4:41)

- Biết được danh tính của Chúa Giê-xu rất quan trọng, vì nếu không, chúng ta sẽ hiểu sai về Ngài.

- Mác cho biết danh tính của Chúa Giê-xu bằng cách chỉ ra:

    1. Quyền năng và thẩm quyền của Ngài khi giảng dạy (Mác 1:21–22).
    2. Quyền năng và thẩm quyền của Ngài trên bệnh tật (Mác 1:29–31, 32–34, 3:22).

BUỔI 2 | DANH TÍNH

3. Quyền năng và thẩm quyền của Ngài trên thiên nhiên (Mác 4:35-41; và xem Thi Thiên 107:23-31).
4. Quyền năng và thẩm quyền của Ngài trên sự chết (Mác 5:21-24, 35-43).
5. Quyền năng và thẩm quyền của Ngài trong việc tha thứ tội lỗi (Mác 2:1-12).

- Là Con của Đức Chúa Trời và Vị Vua duy nhất do Đức Chúa Trời lựa chọn, Chúa Giê-xu sống với thẩm quyền của Đức Chúa Trời và bày tỏ quyền năng Ngài.

THẢO LUẬN

(Trang số 17 trong Cẩm Nang Học Viên). Hỏi nhóm của bạn nếu họ có bất kì câu hỏi này xuất hiện hoặc có điều gì làm họ bất ngờ từ bài nói/video. Điều này sẽ giúp họ phản hồi một cách cụ thể về điều vừa được nghe, trước khi tiếp tục chuyển qua những câu hỏi thảo luận.

1. Bạn nghĩ gì về những bằng chứng mà Mác đã đưa ra cho chúng ta?

Câu hỏi này sẽ cho thấy liệu các thành viên trong nhóm có hiểu được bằng chứng mà Mác đã đưa ra về danh tính của Chúa Giê-xu hay không. Nếu họ chỉ đề cập đến một hoặc hai trong số năm ví dụ từ bài nói chuyện/video, hãy hỏi cụ thể về những phép lạ còn lại.

2. Theo bạn thì Chúa Giê-xu là ai?

Nếu một số thành viên trong nhóm nói rằng họ không biết chắc Chúa Giê-xu là ai, hãy khuyến khích họ tiếp tục đọc Phúc âm Mác và tìm kiếm manh mối mà Mác cho chúng ta biết về danh tính Chúa Giê-xu. Một số người có thể nói rằng Giê-xu chỉ là người thầy dạy đạo gương mẫu hoặc một người đàn ông tuyệt vời. Nếu vậy, hãy cân nhắc xem có phù hợp để thách thức quan điểm đó hay không, ví dụ: "Chắc chắn rằng một người đàn ông tuyệt vời sẽ không tuyên bố có thể tha thứ tội lỗi".

Câu hỏi phụ (nếu còn thời gian):
Kẻ thù của Chúa Giê-xu tìm kiếm mọi cơ hội để làm mất uy tín Ngài. Tại sao họ không làm như vậy qua việc chứng minh Chúa Giê-xu không có quyền năng và thẩm quyền mà Ngài công bố?

Kẻ thù của Chúa Giê-xu sẽ lật tẩy Ngài là giả dối ngay lập tức nếu họ có cơ hội, nhưng không một ai trong số họ thử làm điều này. Thay vào phủ nhận quyền năng của Ngài, họ nói về nguồn gốc của nó. Chúa Giê-xu có quyền năng và thẩm quyền trên ma quỷ (ví dụ Mác 1:23–28, 34; 2:10–12). Những người lãnh đạo từ Giê-ru-sa-lem đến không phủ nhận điều này. Thay vào đó, họ cho rằng quềng năng của Ngài đến từ quỷ vương ("Bê-ên-xê-bun") – lời phát ngôn không có logic này ngay lập tức bị Chúa Giê-xu bác bỏ (Mác 3:22). Điều này cho thấy kẻ thù của Chúa Giê-xu không thể làm mất uy tín của Ngài bởi vì bằng chứng của quyền năng và thẩm quyền của Ngài là mạnh mẽ và rõ ràng.

Nếu còn thời gian, đây là thời điểm để trả lời câu hỏi được đặt ra trong phần đầu tiên: "Nếu bạn có thể hỏi Chúa một câu hỏi và chúng sẽ được trả lời, bạn sẽ đặt câu hỏi gì?" Xem trang 137 cho những câu hỏi phổ biến.

↪ NGHIÊN CỨU THÊM

(Trang số 18 trong Cẩm Nang Học Viên). Yêu cầu khách mời hoàn thành phần tự học ở nhà, viết xuống bất kì câu hỏi nào họ có. Trước phần tiếp theo, bạn tự xem trước bài học để có thể giúp các thành viên nhóm bạn trả lời câu hỏi.

BUỔI 2 | **DANH TÍNH**

Đọc Mác 3:7–5:43

1. Trong phân đoạn Kinh thánh này, Mác ghi lại việc Chúa Giê-xu thực hiện bốn phép lạ:

a) Dẹp yên cơn bão (Mác 4:35–41)
b) Chữa lành người bị quỉ ám (Mác 5:1–20)
c) Chữa lành người đàn bà bị bệnh (Mác 5:25–34)
d) Làm cho đứa bé gái đã chết sống lại (Mác 5:35–43)

Chúa Giê-xu đã thực thi thẩm quyền gì trong những sự kiện trên?

Chúa Giê-xu đã thực thi thẩm quyền trên a) thiên nhiên, b) ma quỷ, c) bệnh tật, và d) sự chết.

- **Phân đoạn Kinh thánh này cho chúng ta biết thêm về quyền năng và thẩm quyền của Ngài so với những đoạn trước như thế nào?**

Trước đây chúng ta đã thấy quyền năng và thẩm quyền của Chúa Giê-xu đối với ma quỷ và bệnh tật. Đối đầu với thiên nhiên và sự chết—bằng cách làm dịu cơn bão và làm sống lại một cô gái đã chết—Chúa Giê-xu cho thấy quyền năng và uy quyền của mình trong những tình huống khác.

2. Khi con gái của Giai-ru chết, mọi hy vọng dường như đều tan biến (Mác 5:35), nhưng Chúa Giê-xu đã bảo Giai-ru làm gì (câu 36)?

Chúa Giê-xu bảo Giai-ru đừng sợ, nhưng phải có niềm tin.

- **Yêu cầu này có "hợp lý" không?**

Mọi người khác đã bỏ cuộc, vì vậy thật là một điều ngạc nhiên khi yêu cầu Giai-ru làm vậy. Nó sẽ không có vẻ như hợp lý, và thay vào đó, nó có vẻ dại dột và tàn nhẫn. Nhưng Chúa Giê-xu đã thể hiện quyền năng và uy quyền của mình đối với thiên nhiên, ma quỷ và bệnh tật— và Ngài biết mình cũng có quyền trên sự chết. Điều đó có vẻ dại dột và tàn nhẫn nếu người yêu cầu là ai khác, nhưng dựa trên những điều Chúa Giê-xu đã làm trước đây, việc yêu cầu Giai-ru tin Ngài là điều hợp lý.

3. Nhìn lại cả 4 sự kiện trên (xem câu hỏi số 1), mọi người đã đáp lại Chúa Giê-xu theo những cách nào? Hãy xem...

- a) Mác 4:40–41
- b) Mác 5:15
- c) Mác 5:27–28, 34
- d) Mác 5:42

- **Bạn có nhìn thấy chính mình trong những cách phản ứng trên hay không?**

- a) Các môn đồ sợ hãi.
- b) Đám đông nhìn thấy Ngài chữa lành một người đàn ông bị quỷ ám thì đều sợ hãi.
- c) Người phụ nữ có niềm tin.
- d) Gia đình Giai-ru kinh ngạc.

Bạn còn có câu hỏi nào về phân đoạn Mác 3:7–5:43 không?

Bài tiếp theo sẽ bắt đầu bằng việc các thành viên trong nhóm được hỏi rằng họ có bất kỳ câu hỏi nào về sách Phúc âm Mác khi đọc ở nhà. Bạn sẽ tìm thấy sự giúp đỡ để trả lời những câu hỏi khó từ Phúc âm Mác trong phần phụ lục ở trang 125.

BUỔI 3
TỘI LỖI

KHÁM PHÁ

- Yêu cầu khách mời mở ra Buổi 3 trang 21 trong quyển Cẩm Nang.
- Hỏi xem có bất kì câu hỏi nào từ phần nghiên cứu thêm không.
- Yêu cầu mọi người mở Mác chương 2 trong Phúc âm Mác hoặc Kinh thánh. Một trong những người nhóm trưởng nên đọc 2:1–12

1. Một đám đông kéo đến để nghe Chúa Giê-xu giảng đạo. Tại sao? Chúa Giê-xu đã xây dựng danh tiếng gì trong những ngày đầu thi hành chức vụ? (Xem Mác 1:27–28, 32–34, 45 để có gợi ý trả lời.)

Việc Chúa Giê-xu giảng dạy và chữa lành bệnh đã làm mọi người kinh ngạc, và tin tức về Ngài lan rộng.

2. Bốn người đàn ông hy vọng Chúa Giê-xu sẽ làm gì?

Họ hy vọng Chúa Giê-xu sẽ có thể chữa lành cho bạn của họ.

3. Thay vì vậy, Chúa Giê-xu đã làm gì trong Mác 2:5? Theo bạn thì tại sao Ngài lại làm điều này trước tiên?

Chúa Giê-xu nói, "Hỡi con, tội lỗi người đã được tha". Điều đó rất đáng ngạc nhiên, tưởng tượng người đàn ông đã được hạ xuống qua mái nhà để được chữa lành, không phải để tội lỗi của mình được tha thứ.

Chúa làm điều này trước tiên bởi vì, như chúng ta đã thấy (trong buổi thảo luận/video trước đây), Chúa Giê-xu tin rằng mối liên hệ của chúng ta với Đức Chúa Trời quan trọng hơn nhiều so với sức khỏe thể chất của chúng ta. (Mức độ nghiêm trọng của tội lỗi sẽ là trọng tâm của cuộc trò chuyện/video ngày hôm nay.)

4. Tại sao những thầy thông giáo lại khó chịu về điều Chúa Giê-xu nói? (Xem Mác 2:6–7)

Chúa Giê-xu tuyên bố sẽ làm những gì họ tin rằng chỉ có Đức Chúa Trời mới làm được (Mác 2:7), vì vậy họ kết luận rằng Ngài đang nói phạm thượng.

5. Họ có đưa ra kết luận đúng đắn không?

Có và không. Phải, chỉ có Đức Chúa Trời mới có quyền và thẩm quyền tối thượng để tha thứ tội lỗi của chúng ta, vì tất cả tội lỗi đều là một sự phạm tội chống lại Thiên Chúa,* và tất cả sự tha thứ phải đến từ Ngài.

Không, Chúa Giê-xu không báng bổ, vì là Con Người (câu 10), Ngài có quyền năng của Thiên Chúa (xem câu hỏi tiếp theo). Con Người là một danh hiệu mà Chúa Giê-xu thường dùng chỉ về mình. Danh hiệu này được sử dụng ở những nơi khác trong Kinh thánh và đề cập đến vị Vua duy nhất được chọn bởi Đức Chúa Trời, người mà Ngài trao quyền. (Nó xuất phát từ sách Đa-ni-ên trong Cựu Ước, nơi Con Người đến từ thiên đàng và được ban cho sự cai trị đời đời trên toàn thế giới. Xem "Vì sao Chúa Giê-xu xưng Ngài là Con Người?" trong phần phụ lục ở trang 126.)

Ví dụ, mặc dù vua Đa-vít đã làm sai với chồng của Bát-sê-ba, là U-ri, khi ông ngoại tình với Bát-sê-ba, ông đã cầu nguyện, "Con đã phạm tội với Chúa, chỉ với một mình Chúa thôi" (Thi-thiên 51:4). Đừng sử dụng ví dụ này trừ khi một thành viên trong nhóm yêu cầu—nó có thể là một sự phức tạp không cần thiết cho những người khác trong nhóm.

6. Làm sao chúng ta biết được Chúa Giê-xu có thẩm quyền tha thứ tội lỗi? (Xem Mác 2:8–12)

Chúa Giê-xu đã thể hiện thẩm quyền của mình bằng cách chữa lành người đàn ông ngay lập tức và hoàn toàn.

🔊 LẮNG NGHE

(Trang số 24 trong Cẩm Nang Học Viên.) Khích lệ nhóm của bạn ghi chú và đặt câu hỏi nếu có trong khi lắng nghe bài chia sẻ Kinh thánh hoặc video. Có khoảng trống để ghi chép trong cẩm nang.

> *"Ta đến không phải để gọi những người công chính, nhưng là những kẻ tội lỗi."(Mác 2:17)*

- Lý do khiến thế giới không vận hành theo cách đáng phải có là vì chúng ta không sống đúng theo cách mà chúng ta nên sống.

- Chúa Giê-xu cho chúng ta biết rằng "tội lỗi" đến từ "bên trong", từ "trong lòng" chúng ta mà ra (Mác 7:20–22).

- Mỗi người đều có vấn đề về tấm lòng. Chúng ta thường đối xử với nhau và với thế giới của mình một cách đáng xấu hổ, và chúng ta cũng cư xử với Đức Chúa Trời theo một cách như vậy.

- Chúng ta nên yêu Chúa hết lòng, hết linh hồn, hết trí và bằng tất cả sức lực của mình. Nhưng chúng ta chưa bao giờ làm được điều đó.

- Hết thảy chúng ta đều chống nghịch với Đức Chúa Trời, Đấng Tạo Hóa đầy yêu thương của chúng ta. Kinh thánh gọi sự chống nghịch đó là "tội lỗi".

- Chúa Giê-xu đến để giải quyết vấn đề về tấm lòng và tội lỗi của chúng ta. Ngài đến với những ai nhận biết mình xấu xa, chứ không phải với những người nghĩ rằng mình tốt đẹp.

- Chúa Giê-xu đã yêu thương cảnh báo chúng ta về địa ngục, bởi vì Ngài không muốn chúng ta đi vào đó. Tội lỗi của chúng luôn đặt chúng ta vào tình trạng nguy hiểm, dù chúng ta nhận thức được hay không (Mác 9:43–47).

THẢO LUẬN

(Trang số 25 trong Cẩm Nang Học Viên). Hỏi nhóm của bạn nếu họ có bất kì câu hỏi này xuất hiện hoặc có điều gì làm họ bất ngờ từ bài nói/video. Điều này sẽ giúp họ phản hồi một cách cụ thể về điều vừa được nghe, trước khi tiếp tục chuyển qua những câu hỏi thảo luận.

1. Hãy đọc Mác 9:43–47. Theo bạn thì tại sao Chúa Giê-xu phải sử dụng ngôn từ mạnh mẽ khi nói về việc tránh xa địa ngục?

Chúa Giê-xu biết rằng mối liên hệ của chúng ta với Đức Chúa Trời quan trọng hơn nhiều so với bất cứ điều gì khác. Chúa Giê-xu cảnh báo các môn đồ một cách yêu thương về địa ngục vì Ngài không muốn họ phải xuống đó. Địa ngục có nghĩa là sự tách biệt đời đời khỏi phước lành từ nơi Đức Chúa Trời. Địa ngục là nơi chúng ta phải đối mặt với sự phán xét của Chúa về sự chống nghịch Chúa của chúng ta. Vì vậy, chúng ta cần phải giải quyết vấn đề này một cách nghiêm túc. Địa ngục nghiêm trọng đến mức Chúa Giê-xu sử dụng những ví dụ nghiêm trọng để đưa ra quan điểm của mình. Nếu chúng ta thấy chúng cực kỳ buồn cười, thì có lẽ vì chúng ta đánh giá thấp mức độ nghiêm trọng của vấn đề mà Chúa Giê-xu nói đến trong Mác 7:14–23.

2. Chúa Giê-xu tin là có địa ngục. Vậy chúng ta có nên tin không? Tại sao có hoặc tại sao không?

Nếu Phúc âm Mác là bất cứ điều gì để phớt lờ qua, Chúa Giê-xu là người yêu thương và trung thực nhất trong những người từng sống. Tuy nhiên, Ngài đã nói nhiều lần về địa ngục. Điều đó làm cho chúng ta tạm dừng việc từ chối ý tưởng về sự tồn tại của địa ngục. Như chúng ta sẽ thấy trong phần tiếp theo, địa ngục nghiêm trọng đến nỗi chính Chúa Giê-xu đã tự mình đi xuống địa ngục—vì vậy chúng ta sẽ không cần phải đi đến nữa.

3. Hãy thử tưởng tượng, nếu tất cả những suy nghĩ, lời nói, hành động của bạn đều bị lộ ra cho tất cả mọi người thấy. Bạn sẽ cảm thấy như thế nào?

Câu hỏi này giúp mọi người suy nghĩ về chi tiết cuộc sống của họ mà không cần phải tiết lộ các vấn đề cá nhân. Hy vọng rằng điều đó sẽ giúp họ hiểu rằng tất cả mọi người đều thiếu so với tiêu chuẩn của Đức Chúa Trời (thực tế hầu hết mọi người sẽ thừa nhận rằng họ thậm chí không đáp ứng được các tiêu chuẩn của riêng họ). Điều này có nghĩa là tất cả chúng ta là những người tội lỗi—tất cả chúng ta đều có nan đề nghiêm trọng - và tất cả chúng ta cần được giải cứu.

Nếu thời gian cho phép thì bây giờ là lúc bạn suy nghĩ về một câu hỏi khác được đặt ra trong buổi đầu tiên: "Nếu được hỏi Đức Chúa Trời một câu hỏi, và bạn biết rằng Ngài sẽ trả lời, bạn sẽ hỏi gì?" Xem trang 26 để tìm hiểu những giải đáp thắc mắc thường gặp.

⟶ NGHIÊN CỨU THÊM

(Trang số 26 trong Cẩm Nang Học Viên.) Yêu cầu khách mời hoàn thành phần tự học ở nhà, viết xuống bất kì câu hỏi nào họ có.

Đọc Mác 6:1–8:29

1. Trong những đoạn trước (1–5), Mác đã vẽ nên một bức tranh về quyền năng và thẩm quyền của Chúa Giê-xu. Ngài cho chúng ta thấy nhiều phép lạ khác nhau: chữa bệnh, đuổi quỷ, làm cho người chết sống lại, khiến bão tố phải lặng yên.

Phân đoạn Kinh thánh này (Mác 6:1–8:29) đã tô điểm thêm cho bức tranh đó như thế nào? (Xem Mác 6:32–44, 47–48; 7:31–37; 8:1–10, 22–26.)

- Chúa Giê-xu có thể cho rất đông người dân ăn chỉ từ một số lượng ít thức ăn (Mác 6:32–44; 8:1–10).
- Ngài có thể chữa lành người điếc và câm, và cả người mù (Mác 7:31–37; 8:22–26).
- Ngài có thể đi bộ trên mặt nước (Mác 6:47–48).

Lưu ý: Các đoạn văn ở đây chứa đầy những hình ảnh trong Cựu Ước, chỉ ra thực tế rằng Chúa Giê-xu chính là Đấng cứu chuộc được hứa trong Cựu Ước. Tùy thuộc vào nhóm của bạn, có thể có hoặc không phù hợp để giải thích các liên kết đó với họ (xem bên dưới *). Ngoài ra, nhiều lúc bạn chỉ cần giải thích bởi vì các môn đồ (và nhiều người trong đám đông) là người Do Thái, họ sẽ nhận ra sự lặp lại với những điều ở Cựu Ước giống với những việc Chúa Giê-xu đã làm.

* "như chiên không có người chăn" (Mác 6:34)—Trong Ê-xê-chi-ên 34, dân Y-sơ-ra-ên được mô tả giống như chiên không có người chăn vì các nhà lãnh đạo của họ đã không thực hiện công việc của mình đúng cách (Ê-xê-chi-ên 34:1–6). Kết quả là, Chúa hứa chính Ngài sẽ đến giải cứu dân của mình (Ê-xê-chi-ên 34:16). Chúa Giê-xu là Đấng giải cứu, đóng vai trò là người chăn của Chúa bằng cách cho chiên ăn theo một cách kỳ lạ (Mác 6:30–44; 8:1–10), như chính Đức Chúa Trời đã làm khi Ngài giải cứu dân Y-sơ-ra-ên ra khỏi Ai Cập (Xuất 16:32–35). Chúa Giê-xu cũng được cho là người vượt lên trước các môn đồ khi Ngài đi trên

mặt nước, bằng ngôn ngữ gợi nhớ đến Đức Chúa Trời đi ngang qua Môi-se vào thời điểm ông nhận được những bảng đá (Mác 6:48; xem Xuất Ê-díp-tô Ký 34: 1–9).

2. Chúa Giê-xu xem đoàn dân đông trong Mác 6:34 như "chiên không có người chăn". Ngài đã làm gì để giải quyết việc đó?

Khi Chúa Giê-xu nhìn thấy đám đông, Ngài động lòng thương xót đối với họ (câu 34) và vì vậy Ngài bắt đầu dạy dỗ họ.

- **Nếu Chúa Giê-xu nhìn vào gương mặt của những con người trong thế giới bận rộn ngày nay, bạn nghĩ Chúa Giê-xu có cảm thấy giống như vậy không? Tại sao/ tại sao không?**

Đám đông trong Mác 6 là người Do Thái, vì vậy các nhà lãnh đạo tôn giáo Do Thái đáng lẽ phải là "người chăn chiên" chăm sóc họ**. Nhưng hầu hết các nhà lãnh đạo tôn giáo đã thất bại trong việc trở thành "người chăn chiên" như Chúa muốn, vì vậy đám đông này như "chiên không có người chăn". Theo một cách tương tự, trong bất kỳ đám đông người nào đó ngày nay có khả năng có nhiều người không biết gì về Tin Lành của Chúa Giê-xu. Một số trong số họ thậm chí có thể đến nhà thờ, nhưng chưa bao giờ được nghe giải thích thông điệp Phúc Âm một cách rõ ràng.

** Xem ghi chú ở trang 56 để biết thêm về "chiên không có người chăn" (từ Ê-xê-chi-ên 34).

- **Bạn có thấy cần Chúa Giê-xu như người chăn của mình không?**

Câu hỏi này được thiết kế để khuyến khích sự suy ngẫm cá nhân.

3. Hãy viết xuống những phản ứng khác nhau về Chúa Giê-xu khi Ngài giảng dạy và làm phép lạ:

a) Trong nhà hội tại quê hương của Ngài (Mác 6:1–6).
b) Giữa mọi người nói chung (Mác 6:14–15, 53–56 ; 7:37).
c) Từ những môn đồ (Mác 6:51–52).

    d) Từ những lãnh đạo tôn giáo (Mác 8:11).

- **Theo bạn thì tại sao mọi người lại phản ứng khác nhau nhiều như vậy trong mỗi trường hợp trên?**

Cách mọi người phản ứng với Chúa Giê-xu dường như dựa trên những gì họ đã nghĩ về Ngài.

    a) Những người từ quê hương của Chúa, Na-xa-rét, đã nhìn thấy Chúa Giê-xu lớn lên nên họ nghĩ rằng họ đã biết tất cả về Ngài. Họ đã nghi ngờ Ngài.
    b) Ở nơi khác, Chúa Giê-xu đã có một danh tiếng tuyệt vời. Mọi người đã nghe về phép lạ của Chúa và quây đến Ngài với hy vọng sẽ thấy nhiều hơn như vậy.
    c) Các môn đồ, người hiểu rõ Chúa Giê-xu nhất, không biết phải làm gì với Ngài. Họ vẫn không hiểu Ngài là ai.
    d) Các nhà lãnh đạo tôn giáo đã bị Chúa Giê-xu làm bực mình, và muốn thử Ngài. Bất chấp tất cả các phép lạ, những người Pha-ri-si muốn Ngài làm một dấu lạ—chỉ dành cho họ.

- **Bạn thấy mình giống với nhóm người nào?**

Câu hỏi này được thiết kế để giúp các thành viên trong nhóm suy nghĩ về phản ứng của chính họ đối với Chúa Giê-xu.

4. Hãy đọc câu hỏi của Chúa Giê-xu trong Mác 8:29. Bạn sẽ trả lời như thế nào nếu bạn chưa bắt đầu học loạt bài *Khám phá Tin Lành* này?

- Hiện tại bạn đã đi được nửa hành trình của Phúc âm Mác, bạn đã đọc về những điều kì diệu mà Chúa Giê-xu đã nói và làm, vậy câu trả lời của bạn cho câu hỏi trên có thay đổi gì không?

- **Nếu bạn vẫn còn câu hỏi về danh tính của Chúa Giê-xu, hãy viết xuống bên dưới.**

Ba phần của câu hỏi 4 được thiết kế để khuyến khích các thành viên trong nhóm suy ngẫm về những gì họ đã học được cho đến nay, đặc biệt là về danh tính của Chúa Giê-xu.

Bạn còn có câu hỏi nào về phân đoạn Mác 6:1–8:29 không?

Bài tiếp theo sẽ bắt đầu với việc các thành viên trong nhóm được hỏi rằng họ có bất kỳ câu hỏi nào về các đoạn sách Mác mà họ đã đọc ở nhà. Bạn sẽ tìm thấy sự giúp đỡ trong việc trả lời những câu hỏi khó từ Phúc âm Mác trong phần phụ lục ở trang 125.

BUỔI 4
THẬP TỰ GIÁ

🧭 KHÁM PHÁ

- Yêu cầu khách mời mở ra Buổi 4 trang 29 trong quyển cẩm nang.
- Hỏi xem có bất kì câu hỏi nào từ phần nghiên cứu thêm không.
- Yêu cầu mọi người mở Mác chương 8 trong Phúc âm Mác hoặc Kinh thánh. Một trong những người nhóm trưởng nên đọc 8:22–33

1. Nhìn chung thì ngày nay mọi người nghĩ Chúa Giê-xu là ai? Họ dựa vào điều gì để tin như vậy?

Bạn có thể yêu cầu nhóm nhỏ mình tưởng tượng ra cảnh họ đang thực hiện một khảo sát ngoài một cửa hàng nổi tiếng. Họ sẽ trả lời câu hỏi: "bạn nghĩ Chúa Giê-xu là ai?" như thế nào?

Câu trả lời có thể bao gồm cả tiêu cực và tích cực. Họ có thể nói: một người tốt, một người thầy thông thái, một tiên tri, một người gây rắc rối, một người được tưởng tượng ra chứ không hề có thật …

Những suy nghĩ này có thể dựa vào những điều họ nghe người khác nói, nghe trên truyền thông, tại nhà thờ hoặc một kênh về tôn giáo trên TV,…

2. Lời khẳng định của Phi-e-rơ trong Mác 8:29 dường như đã tạo nên một bước ngoặc trong Phúc âm Mác (xem Mác 8:31). Phi-e-rơ đã nói gì? Và theo bạn thì tại sao điều này lại vô cùng quan trọng?

Phi-e-rơ nói rằng: Chúa Giê-xu là Đấng Christ (Vị Vua duy nhất Đức Chúa Trời chọn lựa). Việc Phi-e-rơ nhận biết điều này rất quan trọng vì không một ai trong 12 môn đồ hiểu điều này trước đây, cho dù họ thấy và nghe điều Ngài đã làm. Bây giờ, khi họ nhận ra và biết được danh tính của Chúa Giê-xu, Ngài có thể bắt đầu giải thích cho họ rằng: với vai trò là Vị Vua của Đức Chúa Trời, Ngài phải chịu những gì.

3. Khi danh tính của Chúa Giê-xu đã được nhìn nhận rõ ràng (Mác 8:29), Ngài tiếp tục giải thích về sứ mạng của mình trên đất trong Mác 8:31–32. Theo bạn thì tại sao Phi-e-rơ lại can ngăn Chúa Giê-xu? (xem Mác 8:32–33.)

Phi-e-rơ rất sốc khi nghe Chúa Giê-xu sẵn sàng chịu khổ, chịu bị từ chối và chết trước khi Ngài sống lại. Ông bị cám dỗ để thuyết phục Chúa Giê-xu từ bỏ sứ mạng của Ngài vì ông suy nghĩ về "việc của con người", chỉ ưu tiên cho con người. Có thể Phi-e-rơ chỉ muốn Chúa Giê-xu tiếp tục việc chữa lành và khiến người chết sống lại, để rồi danh tiếng của Ngài tiếp tục được tăng lên. Hoặc là, Phi-e-rơ mong rằng Vị Vua của Đức Chúa Trời sẽ giải thoát đất nước của ông khỏi sự cai trị của đế quốc Rô-ma.

4. Mác ký thuật lại hai giai đoạn chữa lành người mù trong Mác 8:22–26. Tiến trình chữa lành người mù từ không thấy gì (Mác 8:22) đến mơ hồ nhìn thấy (Mác 8:24) rồi thấy được mọi thứ (Mác 8:25). Các môn đồ "thấy" được danh tính và sứ mạng của Chúa Giê-xu rõ ràng như thế nào trong Mác 8:27–33?

Nếu nhóm của bạn gặp khó khăn trong việc trả lời câu hỏi này, hỏi: "Phi-e-rơ đã biết được danh tính của Chúa Giê-xu trong câu 29. Nhưng liệu ông có biết sứ mạng của Ngài chưa?"

Dường như Phi-e-rơ thấy rõ ràng trong Mác 8:29, cho nên ông hiểu đúng danh tính của Chúa Giê-xu. Nhưng khi Phi-e-rơ trách Chúa trong câu 32, điều đó cho thấy ông chưa hiểu bản chất sứ mạng của Chúa Giê-xu. Phi-e-rơ biết một phần, nhưng ông chưa biết tất cả, vì vậy Chúa Giê-xu cảnh báo ông và những môn đồ khác không được nói gì về việc Ngài là Đấng Christ (câu 30).

BUỔI 4 | **THẬP TỰ GIÁ**

5. Chúa Giê-xu nói với Phi-e-rơ rằng ông chỉ nghĩ đến "việc của loài người". Chúa Giê-xu đã mô tả sự thương khó và cái chết của Ngài bằng cụm từ nào (Mác 8:33)?

"Việc của Đức Chúa Trời".

- **Điều này cho chúng ta biết gì về sứ mạng của Ngài?**

Chúa Giê-xu xác nhận rằng, sứ mạng này đến từ Đức Chúa Trời. Việc Ngài chịu đau khổ và chịu chết là kế hoạch của Đức Chúa Trời.

6. Trong Mác 8:29, Chúa Giê-xu hỏi: "Còn các con thì nói Ta là ai?" Bạn có thể đưa ra một câu trả lời chính xác cho câu hỏi này không? Nếu có thể, câu trả lời của bạn là gì và tại sao?

Câu hỏi này được thiết kế để tìm hiểu suy nghĩ cá nhân của các thành viên về Chúa Giê-xu.

Thay vì tạo áp lực cho câu trả lời, bạn có thể để nhóm của mình suy ngẫm và thảo luận câu hỏi này một với một sau này.

🔊 LẮNG NGHE

(Trang số 32 trong Cẩm Nang Học Viên). Khích lệ nhóm của bạn ghi chú và đặt câu hỏi nếu có trong khi lắng nghe bài chia sẻ Kinh thánh hoặc video. Có khoảng trống để ghi chép trong cẩm nang.

"Vì Con Người đã đến không phải để được phục vụ nhưng để phục vụ, và hiến dâng mạng sống mình làm giá chuộc cho nhiều người."(Mác 10:45)

- Cái chết của Chúa Giê-xu trên thập tự giá không phải là một bi kịch vô nghĩa. Đó là một sự giải cứu.

- Chúa Giê-xu đã nói với những người đi theo mình rằng Ngài phải bị giết. Ngài đến để "hiến dâng mạng sống mình làm giá chuộc cho nhiều người" (Mác 10:45).
- Khi Chúa Giê-xu chết trên cây thập tự, sự tối tăm bao trùm khắp đất. Đức Chúa Trời đang giận dữ hành động để trừng phạt tội lỗi.
- Trên thập tự giá, Chúa Giê-xu đã bị Đức Chúa Trời "lìa bỏ" hay bỏ mặc như một hình phạt cho tội lỗi.
- Chúa Giê-xu đã dâng mình chết thế, chịu phạt thay cho chúng ta. Ngài gánh chịu hình phạt mà lẽ ra con người tội lỗi chúng ta đáng phải nhận lấy, để rồi chúng ta có thể được giải cứu.
- Khi Chúa Giê-xu chết, bức màn trong đền thờ xé làm hai từ trên xuống dưới (Mác 15:38). Nhờ thập tự giá, một con đường đã được mở ra để con người có thể đến được với Đức Chúa Trời.
- Những người chứng kiến cái chết của Chúa Giê-xu đã có những phản ứng khác nhau:
    1. Những tên lính không thấy được điều đang xảy ra.
    2. Các lãnh đạo tôn giáo tin rằng họ đã biết rõ con đường đến với Đức Chúa Trời từ trước.
    3. Thống đốc La Mã, Bôn-xơ Phi-lát thỏa hiệp với đám đông.
    4. Viên đội trưởng nhận ra danh tính của Chúa Giê-xu: "thật Người này là Con Đức Chúa Trời!" (Mác 15:39).

THẢO LUẬN

(Trang số 34 trong Cẩm Nang Học Viên). Hỏi nhóm của bạn nếu họ có bất kì câu hỏi nào xuất hiện hoặc có điều gì làm họ bất ngờ từ bài nói/video. Điều này sẽ giúp họ phản hồi một cách cụ thể về điều vừa được nghe, trước khi tiếp tục chuyển qua những câu hỏi thảo luận.

BUỔI 4 | THẬP TỰ GIÁ

1. Bạn cảm thấy thế nào nếu có một ai đó sẵn sàng chịu phạt thay cho bạn khi bạn đã làm sai một việc rất nghiêm trọng?

Câu hỏi này có thể tạo nên nhiều phản ứng khác nhau như:

- Cảm giác được giải thoát: vì bạn không bị đoán phạt nữa.
- Mặc cảm tội lỗi: vì ai đó đã chịu phạt cho điều mà họ không làm.
- Tồi tệ: cho người chịu đau khổ.
- Tức giận: bởi vì người đó phải chịu hình phạt cho hành động sai lầm của một người khác.
- Biết ơn: vì họ đã chịu thay hình phạt cho bạn.

2. Phản ứng nào ở trên giống phản ứng của bạn nhất đối với sự chết của Chúa Giê-xu?

Một vài người có thể sẽ không muốn trả lời câu hỏi này trước mặt người khác. Nếu không ai muốn trả lời, bạn có thể bắt đầu cuộc trò chuyện bằng việc hỏi: họ nghĩ bạn bè của họ sẽ nói gì.

Câu hỏi này cho phép áp dụng trực tiếp 4 cách phản hồi khác nhau đối với hoàn cảnh của mọi người.

- Những người lính đang rất bận rộn, họ bỏ lỡ tất cả những gì đang diễn ra trước mắt mình: Chúng ta có đang đắm chìm trong cuộc sống bận rộn, đến nỗi không có thời gian để thật sự suy nghĩ về tại sao Chúa Giê-xu lại đến và đáp ứng đối với điều đó?

- Những người lãnh đạo tôn giáo, họ nghĩ rằng họ biết con đường đến với Đức Chúa Trời: cho dù có tốt lành thế nào đi nữa, không một ai trong chúng ta đủ tiêu chuẩn đối với Chúa. Tất cả chúng ta đều phạm tội. Chúng ta không thể tự mình giải quyết tội lỗi. Tôn giáo không thể cứu chúng ta. Chỉ duy Chúa Giê-xu có thể.

- Phi-lát đi chung với đám đông: rất dễ bị áp lực và thoả hiệp với đám đông. Chọn lựa theo Chúa Giê-xu đồng nghĩa với việc đi theo con đường của Ngài thay vì đi theo đám đông. Chúng ta có sẵn sàng chưa?

- Viên đội trưởng nhận ra Chúa Giê-xu là ai: chúng ta không biết nhiều về viên đội trưởng này. Chúng ta chỉ biết ông nhận biết đúng danh tính của Chúa Giê-xu, nhưng không biết ông làm gì sao đó. Việc nhận biết Chúa Giê-xu là ai không phải là tất cả; tiếp theo chúng ta cần phải đặt niềm tin vào Ngài để giải cứu chúng ta nan đề tội lỗi và giúp chúng ta sống cuộc đời của người theo Ngài.

Chúa Giê-xu phán Ngài đến "hiến dâng mạng sống mình làm giá chuộc" cho tội nhân (Mác 10:45). Bạn sẽ làm gì với tội lỗi của bạn?

Mục tiêu của câu hỏi này đó là: cho mọi người biết tội lỗi của họ nghiêm trọng như thế nào, và việc làm gì đó trong khi vẫn còn cơ hội là việc cần thiết.

Bạn có thể muốn giải thích từ "giá chuộc" và cái giá phải trả để giải thoát một người khỏi điều gì đó.

Nếu còn thời gian, đây là thời điểm bạn có thể trả lời những câu hỏi được nêu ra trong phần đầu tiên: "Nếu bạn có thể hỏi Đức Chúa Trời một câu hỏi và sẽ được trả lời, bạn sẽ hỏi câu gì?" Xem trang 137 phần phụ lục để tham khảo hướng dẫn trả lời những câu hỏi phổ biến.

Gửi thiệp mời cho ngày tập trung xa và giải thích chuyến đi sẽ được diễn ra sau phần 6. Xem Phần 3 trang 101 để biết thêm chi tiết về Ngày tập trung xa.

⮕ NGHIÊN CỨU THÊM

BUỔI 4 | THẬP TỰ GIÁ

(Trang số 35 trong Cẩm Nang Học Viên.) Yêu cầu khách mời hoàn thành phần tự học ở nhà, viết xuống bất kì câu hỏi nào họ có.

Đọc Mác 8:30–10:52

(Lưu ý rằng "Con Người" là cách Chúa Giê-xu nói về mình).

1. Chúa Giê-xu trực tiếp báo trước về sự chết và sự sống lại của mình 3 lần (Mác 8:31, 9:31 và 10:33–34). Ngài nói điều gì "phải" và "sẽ" xảy ra?

Con Người phải chịu nhiều đau khổ, phải bị các trưởng lão, các thầy tế lễ cả và các thầy thông giáo chối bỏ, phải bị giết, và sau ba ngày phải sống lại. (Mác 8:31)

Ngài sẽ bị phản bội, bị giết và sau 3 ngày, sống lại từ kẻ chết (Mác 9:31)

Con Người sẽ bị nộp cho các thầy tế lễ cả và các thầy thông giáo. Họ sẽ kết án tử hình Người, rồi giao cho dân ngoại*. Người ta sẽ chế nhạo Người, khạc nhổ trên Người, đánh đòn và giết chết Người; nhưng sau ba ngày, Người sẽ sống lại. (Mác 10:33–34)

* Trong trường hợp này "Dân ngoại" (không phải là người Do Thái) là chính quyền Rô-ma.

2. Trong Mác 8:31 Chúa Giê-xu phán rằng Ngài "phải" chết. Tại sao Ngài phải chết? (Xem Mác 10:45.)

Chúa Giê-xu đến để phục vụ, qua việc chịu chết—ban mạng sống của Ngài làm giá chuộc nhiều người.

3. Chúa Giê-xu nói "theo Ngài" có nghĩa là gì? (Xem Mác 8:34.)

Ngài nói theo Ngài có Nghĩa là từ bỏ chính mình, vác thập tự giá và theo Ngài.

4. Mỗi lần Chúa Giê-xu nói trước về sự chết và phục sinh của mình, Mác đã ghi lại những phản ứng khác nhau của các môn đồ. (Xem Mác 8:32–33; 9:33–35; 10:35–45). Cách các môn đồ phản ứng thế nào trong từng trường hợp?

Mỗi lần Chúa Giê-xu nói với các môn đồ về sự chết của Ngài, sự kiện xảy ra ngay sau đó cho chúng ta thấy các môn đồ chưa hiểu điều Chúa dạy:

- Phi-e-rơ quở trách Chúa Giê-xu bởi vì ông không hiểu Chúa Giê-xu phải chịu đau khổ và chịu chết. Phi-e-rơ nghĩ về "việc của con người", chứ không phải của Đức Chúa Trời.

- Các môn đồ tranh cãi với nhau về việc ai là kẻ cao trọng nhất(Mác 9:34). Họ không hiểu lời dạy dỗ của Chúa Giê-xu về việc từ bỏ chính mình(Mác 8:34).

- Gia-cơ và Giăng muốn ngồi bên cạnh Chúa Giê-xu trong sự vinh hiển của Ngài, bởi vì một lần nữa họ chưa học cách từ bỏ chính mình và để lợi ích của người khác lên trước.

5. Trong Mác 8:29, Phi-e-rơ nhận ra rằng Chúa Giê-xu là Đấng Christ, là vị Vua duy nhất được Đức Chúa Trời chọn lựa. Qua việc đem Chúa Giê-xu ra riêng và trách Ngài (Mác 8:32), Phi-e-rơ đã không đối xử với Chúa Giê-xu như là Vị Vua của Đức Chúa Trời. Bạn nghĩ mình đã đối xử với Chúa Jêsus như thế nào?

- **Bạn cảm thấy thế nào về việc Chúa Jêsus là chủ trong mọi phương diện của cuộc đời bạn?**

Câu hỏi này được thiết kế để giúp thành viên trong nhóm suy ngẫm về thái độ của họ đối với Chúa Giê-xu.

Bạn còn có câu hỏi nào về phân đoạn Mác 8:30–10:52 không?

Bài tiếp theo sẽ bắt đầu với việc các thành viên trong nhóm được hỏi rằng họ có bất kỳ câu hỏi nào về các đoạn sách Mác mà họ đã đọc ở nhà. Bạn sẽ tìm thấy sự giúp đỡ trong việc trả lời những câu hỏi khó từ Phúc âm Mác trong phần phụ lục ở trang 125.

BUỔI 5
PHỤC SINH

🧭 KHÁM PHÁ

- Yêu cầu khách mời mở ra *Buổi 5 trang 39 trong quyển cẩm nang.*
- Hỏi xem có bất kì câu hỏi nào từ phần nghiên cứu thêm không.
- Yêu cầu mọi người mở Mác chương 14 trong Phúc âm Mác hoặc Kinh thánh. Một trong những người nhóm trưởng nên đọc 14:27–31

1. Trong phần này, Chúa Giê-xu đang nói chuyện với các môn đồ. Ngài cho họ biết trước điều gì? (Xem Mác 14:27, 28 và 30.)

Trong câu 27, Chúa Giê-xu báo trước môn đồ rằng họ sẽ vấp ngã (có nghĩa: từ bỏ Chúa Giê-xu)

Trong câu 28 Chúa Giê-xu báo trước Ngài sẽ sống lại, và Ngài sẽ đi đến Ga-li-lê (Nơi mà các môn đồ sẽ gặp lại Ngài).

Trong câu 30, Chúa Giê-xu báo trước trong đêm đó, trước khi gà gáy 2 lần (trước bình minh), Phi-ê-rơ sẽ khước từ Chúa 3 lần.

2. Phi-e-rơ phản đối điều Chúa Giê-xu báo trước theo những cách nào? (Xem Mác 14:29, 31.)

Trong câu 29, Phi-e-rơ nói rằng ông sẽ không vấp ngã (khước từ Chúa Giê-xu), cho dù tất cả các môn đồ vấp ngã.

Trong câu 31, Phi-e-rơ nói rằng ông sẽ không bao giờ từ bỏ Chúa Giê-xu, ngay cả khi ông phải chết.

3. Trong Mác 14:27, Chúa Giê-xu đã trích dẫn Kinh thánh Cựu Ước (Xa-cha-ri 13:7) để giải thích những điều Ngài sẽ trải qua và tại sao các môn đồ sẽ tản lạc khắp nơi. Làm sao chúng ta biết được Chúa Giê-xu thật sự có ý định nhóm hiệp tất cả "chiên" lại, sau khi họ tản lạc khắp nơi bởi cái chết của Ngài? (Xem Mác 14:28 và Mác 16:6–7.)

Mác 14:28 cho biết Chúa Giê-xu chắc chắn Ngài sẽ sống lại giống như Ngài biết chắc về sự chết của Ngài. Trong Mác 16:7 chúng ta cũng biết rằng Chúa Giê-xu nói cho môn đồ rằng họ sẽ thấy Ngài, còn sống và khoẻ mạnh tại Ga-li-lê.

4. Phi-e-rơ chú ý đến điều nào mà Chúa Giê-xu đã báo trước?

- **Ông ấy đã bỏ qua điều nào?**

Phi-e-rơ tập trung vào lời báo trước về việc các môn đồ sẽ vấp ngã, và khăng khăng cho rằng ông sẽ không như vậy. Những dường như ông bỏ qua điều Chúa Giê-xu nói về việc Ngài sống lại và đi đến Ga-li-lê trước họ.

5. Chúa Giê-xu đã nói một cách rõ ràng và nhiều lần về việc Ngài sẽ sống lại từ cõi chết. (Xem Mác 8:31, 9:30–31, 10:32–34.) Các môn đồ có hiểu ý nghĩa của điều đó không? Nếu không, tại sao họ lại không hỏi Chúa Giê-xu về điều đó? (Xem Mác 9:32)

Mác 9:32 cho biết môn đồ không hiểu điều Chúa Giê-xu nói nhưng họ không dám hỏi Ngài về những điều đó.

Sứ mạng của Chúa Giê-xu (bao gồm việc bị từ chối, đau khổ và chịu chết) vượt quá sự tưởng tượng và hiểu biết của môn đồ. Việc tiếp cận với những khía cạnh khủng khiếp xung quanh cái chết của Chúa Giê-xu vượt quá sự hiểu biết của họ; hơn thế nữa, còn khó khăn hơn để hiểu việc Chúa Giê-xu sẽ sống lại.

Việc nhóm của bạn hiểu Mác không nói về sự sống lại như điều gì đó mà con người có thể hiểu một cách dễ dàng, nhưng là một việc khiến mọi người thật sự kinh ngạc.

(Câu hỏi này được thiết kế để hướng sự chú ý của mọi mời vào việc Chua Giê-xu thường xuyên dạy dỗ về sự sống lại của Ngài, cũng như việc các môn đồ chậm hiểu về điều Chúa phải làm khi thi hành sứ mạng của Ngài. Trong phần này, chúng ta sẽ thấy Chúa Giê-xu sống lại từ trong kẻ chết như Ngài đã nói (Mác 16:6–7).)

🔊 LẮNG NGHE

(Trang số 42 trong Cẩm Nang Học Viên). Khích lệ nhóm của bạn ghi chú và đặt câu hỏi nếu có trong khi lắng nghe bài chia sẻ Kinh thánh hoặc video. Có khoảng trống để ghi chép trong cẩm nang.

"Ngài sống lại rồi! ... như Ngài đã phán cùng các ngươi."
(Mác 16:6–7)

- Chúa Giê-xu đã nhiều lần khẳng định rằng Ngài sẽ sống lại vào ngày thứ ba sau khi chết.
- Chúa Giê-xu thật sự đã chết: những người phụ nữ, Giô-sép ở thành A-ri-ma-thê, viên đội trưởng La Mã và Bôn-xơ Phi-lát tất cả đều chắc chắn rằng Chúa Giê-xu đã chết.
- 36 giờ đồng hồ sau đó, tảng đá to và nặng chặn trước cửa ngôi mộ của Ngài đã được lăn ra.
- Một người trẻ tuổi mặc áo dài trắng nói với những người phụ nữ rằng Chúa Giê-xu đã sống lại từ cõi chết. Người ấy còn nói rằng các môn đồ sẽ thấy Ngài tại Ga-li-lê, như Ngài đã nói với họ trước khi chịu chết.
- Chúa Giê-xu hiện ra với các môn đồ ít nhất mười lần sau cái chết của Ngài. Một lần nọ Ngài cũng hiện ra cho hơn 500 người cùng thấy.

- Không chỉ có các môn đồ mới thấy Chúa Jêsus phục sinh, mà chúng ta cũng sẽ thấy Ngài.
- Sự phục sinh đảm bảo rằng một ngày kia, tất cả chúng ta ở trong thân thể này cũng sẽ được sống lại từ cõi chết. Và Chúa Giê-xu sẽ là vị Thẩm Phán đoán xét chúng ta trong ngày đó.
- Chúa Giê-xu chết để trả giá cho tội lỗi của chúng ta và sống lại từ cõi chết để chứng minh rằng cái giá của tội lỗi đã thật sự được trả xong. Nếu chúng ta đặt niềm tin của mình nơi Chúa Giê-xu, hết thảy mọi tội lỗi của chúng ta đều sẽ được tha thứ hoàn toàn.
- Bởi vì Chúa Giê-xu đã sống lại, nên chúng ta có thể tin cậy Ngài kể cả trong sự chết chính mình. Chúng ta có sẵn sàng để gặp Chúa chưa?

THẢO LUẬN

(Trang số 43 trong Cẩm Nang Học Viên). Hỏi nhóm của bạn nếu họ có bất kì câu hỏi nào xuất hiện hoặc có điều gì làm họ bất ngờ từ bài nói/video. Điều này sẽ giúp họ phản hồi một cách cụ thể về điều vừa được nghe, trước khi tiếp tục chuyển qua những câu hỏi thảo luận.

1. "Vì Ngài đã ấn định một ngày mà Ngài sẽ lấy sự công chính phán xét thế gian bởi Người Ngài đã lập. Và để xác chứng cho mọi người thấy, Ngài đã khiến Người sống lại từ cõi chết." (Công vụ các sứ đồ 17:31). Bạn nghĩ thế nào về việc này?

Nhóm của bạn có thể cảm thấy khó tin hoặc không sẵn sàng chấp nhận 2 khẳng định này đó là: Chúa Giê-xu sống lại và Chúa Giê-xu sẽ trở lại để đoán xét tất cả mọi người. Câu trả lời cho câu hỏi này sẽ cho bạn biết nhóm của bạn đang có quan điểm nào và đáp ứng của họ đối với Chúa Giê-xu.

Nếu một vài người trong nhóm bạn không tin rằng họ đáng bị đoán xét hoặc nghĩ rằng họ là người tốt, thì hãy giúp họ hiểu sự nghiêm trọng của tội lỗi.

Nếu họ lo lắng rằng mình sẽ bị đoán phạt, điều đó cho thấy rằng họ hiểu được nan đề bên trong tấm lòng của họ, nhưng nhớ nhắc nhở rằng sự chết và sự sống lại của Chúa Giê-xu chứng minh rằng cho dù tội lỗi của họ nghiêm trọng như thế nào, chúng có thể được tha thứ. Đối với những người tin vào Đấng Xét Đoán, thì sự đoán xét không còn đáng sợ nữa. Khích lệ họ đến vào buổi tiếp theo để hiểu vì sao Đức Chúa Trời có thể chấp nhận chúng ta.

Nếu nhóm của bạn gặp khó khăn để tin hoặc chấp nhận rằng Chúa Giê-xu sẽ trở lại trong vai trò Đấng Xét Đoán thì hãy xem lại Mác đoạn 8. Mọi sự báo trước của Chúa Giê-xu trở thành hiện thực. Việc tin rằng lời báo trước trong câu 38 cũng sẽ trở thành sự thật là có cơ sở không? Khích lệ đọc lại đoạn Kinh thánh và suy nghĩ trong thời gian rãnh.

Nếu họ tin vào mọi thứ về Chúa Giê-xu cho đến thời điểm này, bạn có thể muốn giải thích cho họ sự trở lại của Chúa Giê-xu là hợp lý, bởi vì Ngài đã chiến thắng tội lỗi và sự chết, cho nên Ngài sẽ không để thế giới mắc kẹt trong tình trạng tội lỗi mãi mãi.

2. Bạn có tin rằng Chúa Giê-xu đã từ cõi chết sống lại không? Tại sao có hoặc tại sao không?

Câu hỏi này được thiết kế để gợi mở kết luận chúng về những bằng chứng và làm rõ hơn điều mà các thành viên tin về sự sống lại.

Nếu còn thời gian, đây là thời điểm để trả lời câu hỏi được đặt ra trong phần đầu tiên: "Nếu bạn có thể hỏi Chúa một câu hỏi và chúng sẽ được trả lời, bạn sẽ đặt câu hỏi gì?" Xem trang 137 cho những câu hỏi phổ biến.

Nhắc lại cho nhóm của bạn về Ngày tập trung xa sau phần 6 và phát thiệp mời cho những ai chưa có hoặc đã đánh mất.

KHÁM PHÁ | TIN LÀNH

→ NGHIÊN CỨU THÊM

(Trang số 44 trong Cẩm Nang Học Viên) Yêu cầu khách mời hoàn thành phần tự học ở nhà, viết xuống bất kì câu hỏi nào họ có.

Đọc Mác 11:1–33

1. Đoàn dân có thái độ thế nào đối với Chúa Giê-xu khi Ngài vào thành Giê-ru-sa-lem? (Xem Mác 11:8–10.)

Họ kính trọng, vui mừng và hi vọng(một vài người trải áo mình trên đường); những người khác rải nhánh cây. Họ lớn tiếng ca ngợi để chào đón Chúa Giê-xu.

Ghi chú: "Hô-sa-na" là tiếng Hê-bơ-rơ có nghĩa là "cứu chúng tôi!"

2. Tiên tri Xa-cha-ri trong thời Cựu Ước có chép rằng một ngày kia sẽ có một người cưỡi lừa tiến vào thành Giê-ru-sa-lem (hay còn gọi là Si-ôn).

> *Hỡi con gái Si-ôn, hãy hết sức vui mừng!*
> *Hỡi con gái Giê-ru-sa-lem, hãy reo hò mừng vui!*
> *Nầy, Vua ngươi đến với ngươi;*
> *Ngài là Đấng Công Chính và ban sự cứu rỗi,*
> *Khiêm tốn và cưỡi lừa,*
> *Một con lừa con, là con của lừa cái.*

(Xa-cha-ri 9:9)

Đoàn dân sẽ hiểu thế nào về Chúa Giê-xu khi Ngài tiến vào thành bằng cách đó?

Xa-cha-ri nói tiên tri và thời điểm khi bị Vua của Dân Do Thái sẽ đến Thành Giê-ru-sa-lem(Si-ôn). Vị Vua công chính có thể cứu dân sự của

Ngài. Ngài sẽ không cưỡi ngựa chiến đến, nhưng trên một con lừa con, là con của lừa cái. Cho nên, sự kiện này ám chỉ rằng Chúa Giê-xu chính là Vị Vua đó (danh tính của Ngài) và Ngài đến để cứu chuộc (sứ mạng của Ngài).

Đọc Mác 12:1–13:37

3. Các lãnh đạo tôn giáo phản ứng thế nào với Chúa Giê-xu trong Mác 11:18 và 12:12?

Họ sợ Ngài bởi vì danh tiếng của Ngài đối với mọi người (Mác 11:18).

Họ tìm kiếm cơ hội để bắt Chúa Giê-xu bởi vì họ biết những ẩn dụ Chúa dạy là nói về họ, và họ lên kế hoạch để giết Ngài (Mác 12:1–12).

4. Các lãnh đạo tôn giáo này đã đối xử với Chúa Giê-xu thế nào vì sợ Ngài? (Xem Mác 11:27–33 ; 12:13–17.)

Họ nghi ngờ thẩm quyền của Chúa Giê-xu.

Họ là những kẻ hai mặt: bên ngoài họ ca ngợi Ngài nhưng bên trong thì lại tìm cách hãm hại Ngài với những câu hỏi của họ.

5. Những người Sa-đu-sê là nhóm lãnh đạo tôn giáo không tin vào sự sống lại. Trong Mác 12:18–23, họ cố tình hạ thấp Chúa Giê-xu khi hỏi Ngài về sự sống lại. Chúa Giê-xu đã nói lý do thật của sự vô tín của họ là gì? (Mác 12:24.)

Chúa Giê-xu nói họ vừa không biết Kinh thánh (Cựu Ước) vừa không biết quyền năng của Đức Chúa Trời.

6. Chúa Giê-xu còn phê phán các lãnh đạo tôn giáo trong những vấn đề nào nữa? (Xem Mác 12:38–40.)

Ngài nói về sự kiêu ngạo, lừa dối và sự giả hình của họ—họ là những kẻ chỉ quan tâm đến vẻ bề ngoài và danh tiếng của mình. Họ chỉ quan tâm đến bản thân mình thay vì quan tâm đến những người quả chồng.

7. Một vài ngày sau đó, đoàn dân trở lại với thái độ hoàn toàn thay đổi. Họ bị các lãnh đạo tôn giáo xúi giục yêu cầu xử tử Chúa Giê-xu (xem Mác 15:9–13). Bạn có ngạc nhiên không khi những người được tôn trọng, ngay cả về mặt tôn giáo như vậy, mà vẫn khước từ Chúa Giê-xu? Tại sao có hoặc tại sao không?

Câu hỏi này giúp cho các thành viên hiểu sự khác biệt giữa việc theo tôn giáo và việc tin và theo Chúa Giê-xu.

Bạn có bất kì câu hỏi nào về Mác 11:1–13:37 không?

Bài tiếp theo sẽ bắt đầu bằng việc các thành viên trong nhóm được hỏi rằng họ có bất kỳ câu hỏi nào về sách Phúc âm Mác khi đọc ở nhà. Bạn sẽ tìm thấy sự giúp đỡ để trả lời những câu hỏi khó từ Phúc âm Mác trong phần phụ lục ở trang 125.

BUỔI 6
ÂN ĐIỂN

◎ KHÁM PHÁ

- Yêu cầu khách mời mở ra trong Buổi 2 trong trang 47 của quyển cẩm nang học viên.
- Hỏi nếu có bất kì câu hỏi nào từ phần nghiên cứu thêm của bài trước. Phần phụ lục trong trang 125 gợi ý trả lời những câu hỏi phổ biến trong Mác.
- Yêu cầu mọi người mở Phúc âm Mác chương 10 trong Kinh thánh. Một trong các nhóm trưởng đọc Mác 10:13–16.

1. Từ tất cả những điều bạn đã biết về Chúa Giê-xu, thì theo bạn tại sao người ta lại đem những đứa trẻ đến với Ngài? (Xem Mác 10:13, 16)

Họ đem con của mình đến với Chúa Giê-xu với hi vọng Ngài sẽ đặt tay trên chúng và chúc phước. (câu 13 và 16)

2. Kinh thánh không cho chúng ta biết lý do tại sao các môn đồ trách mắng những người đem con trẻ đến với Chúa Giê-xu. Nguyên nhân của sự khó chịu này có thể là gì? (Xem Mác 9:33–34)

Câu trả lời có thể là:

(a) Các môn đồ đã tranh cãi với nhau về ai là người lớn hơn hết. Cho nên, có thể việc quan tâm đến những đứa trẻ trở nên không quan trọng. (b) Họ có thể tin rằng Chúa Giê-xu là người cực kì quan trọng, bận rộn và mệt mỏi, cho nên không nên bị làm phiền bởi những đứa trẻ đáng để tâm. (Ghi chú: mặc dù những đứa trẻ được yêu thương bởi gia đình của chúng, nhưng chúng không có địa vị và tiếng nói trong xã hội Do Thái thế kỉ đầu tiên.)

3. Hãy đọc Mác 9:33–37. Trong Mác 10:14, chúng ta được biết rằng Chúa Giê-xu đã nổi giận với các môn đồ. Bạn có ngạc nhiên khi Chúa Giê-xu có phản ứng mạnh như vậy không? Tại sao có hoặc tại sao không?

Một vài người có thể ngạc nhiên khi biết rằng Chúa Giê-xu có thể nổi giận như một người bình thường, tuy nhiên điều này phù hợp với bản tính yêu điều tốt đẹp và nổi giận với những điều sai trái của Ngài.

Việc Chúa Giê-xu cảm thấy bực mình với các môn đồ là bình thường, bởi vì Ngài đã dạy dỗ họ về việc phải đón tiếp con trẻ trong Mác đoạn 9:35–37.

4. Hãy đọc Mác 10:14–15. Làm sao chúng ta biết được Chúa Giê-xu không chỉ có ý nói rằng những đứa trẻ nhỏ bé như vậy thuộc về Vương quốc của Đức Chúa Trời?

Trong Mác 10:14 Chúa Giê-xu nói rằng vương quốc của Đức Chúa Trời (nơi Chúa và ơn phước của Ngài hiện hiện) thuộc về những kẻ giống như con trẻ này. Trong Mác 10:15 Ngài nói rằng bất kì ai nhận lấy vương quốc của Đức Chúa Trời giống như những đứa nhỏ này. Chúa đang dùng hình ảnh của trẻ em như một minh hoạ về việc một người nhận lấy món quà của vương quốc Đức Chúa Trời.

5. Hãy đọc Mác 10:16. Những đứa trẻ nhỏ bé này chẳng làm gì hầu có được sự chấp nhận của Chúa Giê-xu. Điều duy nhất chúng làm chỉ là đến với Chúa và được Ngài ôm vào lòng. Điều này có nghĩa gì trong việc chúng ta được vào vương quốc của Đức Chúa Trời? (Xem Mác 10:15.)

Chúa Giê-xu nói rằng, nếu ai không nhận lấy vương quốc của Đức Chúa Trời giống như một đứa trẻ sẽ không thể vào vương quốc đó. Việc đến với Chúa Giê-xu với bàn tay trắng để nhận món quà này không dễ dàng đối với người trưởng thành, vì họ là những người từng

BUỔI 6 | ÂN ĐIỂN

đạt được sự chấp nhận của người khác bằng sức riêng mình.

LẮNG NGHE

(Trang số 49 trong Cẩm Nang Học Viên). Khích lệ nhóm của bạn ghi chú và đặt câu hỏi nếu có trong khi lắng nghe bài chia sẻ Kinh thánh hoặc video. Có khoảng trống để ghi chép trong cẩm nang.

"Quả thật, ta nói cùng các ngươi, ai chẳng nhận lấy nước Đức Chúa Trời như một đứa trẻ, thì chẳng được vào đó bao giờ." (Mác 10:15)

- Nếu Chúa hỏi "Tại sao Ta phải ban cho con sự sống đời đời?", bạn sẽ nói gì?
- Người trai trẻ giàu có muốn biết đủ tốt lành theo tiêu chuẩn của Đức Chúa Trời là như thế nào.
- Chúng ta không bao giờ có thể làm cho đủ việc lành để nhận được sự sống đời đời.
- Chúng ta không thể làm được gì để có thể giải quyết được vấn đề về tấm lòng của chúng ta.
- Nhưng chúng ta có thể nhận được sự sống đời đời như một món quà—được trả bởi chính sự chết của Chúa Giê-xu. Đây là ân điển—món quà Đức Chúa Trời ban cho dù con người không xứng đáng được nhận.
- Chúng ta đầy tội lỗi hơn mình tưởng, nhưng lại được yêu thương nhiều hơn mức mình có thể mơ đến.

THẢO LUẬN

(*Trang số 50 trong Cẩm Nang Học Viên*). Hỏi nhóm của bạn nếu họ có bất kì câu hỏi nào xuất hiện hoặc có điều gì làm họ bất ngờ từ bài nói/video. Điều này sẽ giúp họ phản hồi một cách cụ thể về điều vừa được nghe, trước khi tiếp tục chuyển qua những câu hỏi thảo luận.

1. "Tôi phải làm gì để nhận được sự sống đời đời?" (Mác 10:17) Bạn sẽ trả lời câu hỏi này thế nào?

Câu hỏi này được thiết kế để giúp các thành viên hiểu rõ về ân điển. Chúng ta không thể làm gì ngoài việc tin cậy hoàn toàn vào việc Chúa Giê-xu đã làm thành. Nếu nhóm của bạn vẫn nói về việc sống một đời sống tốt lành và là tuân theo luật lệ tôn giáo, nhẹ nhàng nhắc họ về câu Kinh thánh Mác 10:15.

2. "Bạn tội lỗi hơn mình nghĩ, nhưng lại được yêu thương nhiều hơn mức mình có thể mơ đến". Bạn đáp ứng với điều này thế nào?

Câu hỏi này được thiết kế để khơi dậy sự suy ngẫm về hai khía cạnh chính của phúc âm đó là: con người tội lỗi vô vọng và tình yêu diệu kì của Chúa bày tỏ qua Chúa Giê-xu. Cẩn thận về những phản đối về bản chất tội lỗi của con người, bạn có thể phải nhắc lại Mác 7:20–23.

Mặc dù việc nhóm của bạn hiểu rõ về sự vô vọng khi cố gắng có được sự sống đời đời bằng sức riêng là quan trọng, nhưng đừng dừng cuộc thảo luận tại đây. Nhấn mạnh vào sự diệu kì của ân điển (Món quà của Đức Chúa Trời dành cho chúng ta là kẻ không xứng đáng, được trả bằng chính mạng sống của Chúa Giê-xu).

3. Ân điển có giúp bạn có cái nhìn khác về Đức Chúa Trời so với bài 1 không?

Câu hỏi này được thiết kế để chỉ ra hai bản tính của Đức Chúa Trời, Ngài vừa công chính vừa thương xót. Sự công chính của Chúa khiến cho Ngài phải trừng phạt tội lỗi. Lòng thương xót của Chúa khiến Ngài không đoán phạt chúng ta mặc dù chúng ta đáng bị như vậy; thay vào đó, Ngài yêu thương ban Con của Ngài là Chúa Giê-xu để cứu chúng ta khỏi tội lỗi.

Một vài người trong nhóm có thể từng nghĩ rằng Đức Chúa Trời là một Đấng Hà Khắc đưa ra nhiều luật lệ để chúng ta tuân theo. Ngược lại, một vài người khác cho rằng Ngài "đón chào tất cả mọi người vào thiên đàng" ngoại trừ "những kẻ vô cùng xấu xa". Hiểu về ân điển sẽ giúp họ có cái nhìn toàn diện và đúng đắn hơn về bản tính của Đức Chúa Trời trong Kinh Thánh.

Nếu còn thời gian, đây là thời điểm để trả lời câu hỏi được đặt ra trong phần đầu tiên: "Nếu bạn có thể hỏi Chúa một câu hỏi và chúng sẽ được trả lời, bạn sẽ đặt câu hỏi gì?" Xem trang 137 cho những câu hỏi phổ biến. Nhắc nhở nhóm về Ngày tập trung xa, xác nhận và sắp xếp.

⟶ NGHIÊN CỨU THÊM

(Trang số 51 trong Cẩm Nang Học Viên.) Yêu cầu khách mời hoàn thành phần tự học ở nhà, viết xuống bất kì câu hỏi nào họ có. Trước phần tiếp theo, bạn tự xem trước bài học để có thể giúp các thành viên nhóm bạn trả lời câu hỏi.

Đọc Mác 14:1–72

1. Mác cho chúng ta biết về đêm cuối cùng Chúa Giê-xu ở với các môn đồ và Ngài bị xét xử trước toà công luận của người Do Thái. Qua ký thuật của Mác, làm thế nào chúng ta biết được sự chết của Chúa Giê-xu không phải là sai lầm hay do tình cờ? (Xem Mác 14:12–26, 27–31, 48–49, 61–62.)

Những sự kiện này cho thấy Chúa Giê-xu báo trước và chuẩn bị cho sự chết của Ngài. Ngài hoàn toàn kiểm soát tất cả mọi thứ.

- Mác 14:12–26: Chúa Giê-xu biết rằng, lễ vượt qua là bữa ăn cuối cùng của Ngài với các môn đồ, và Ngài đã chuẩn bị cho nó từ trước. Ngài cũng biết một trong các môn đồ sẽ phản bội Ngài.

- Mác 14:27–31: Ngài cũng báo trước rằng ngày mai Ngài sẽ chết(Bữa ăn trong lễ vượt qua vào tối thứ 5, và Ngài bị đóng đinh vào ngày thứ 6). Ngài biết rằng các môn đồ sẽ bỏ rơi Ngài, và Phi-e-rơ sẽ khước từ Ngài.

- Mác 14:48–49: Chúa Giê-xu biết rằng việc Ngài bị bắt và tử hình sẽ ứng nghiệm lời tiên tri trong Kinh thánh Cựu Ước.

- Mác 14:61–62: Chúa Giê-xu biết rằng, sự chết của Ngài không phải là kết thúc. Ngài sẽ ngồi bên hữu Đức Chúa Cha ("Đấng Quyền Năng"), và ngự xuống"trên đám mây từ thiên đàng".

2. Chúa Giê-xu biết rằng sứ mạng của Ngài là chịu chết. Có phải điều này khiến cái chết trở nên dễ dàng hơn cho Ngài không? (Xem Mác 14:33–36; 15:34.)

Không. Sự đau đớn của Chúa Giê-xu trong vườn Ghết-sê-ma-nê và tiếng kêu lớn của Chúa trên thập tự giá "Đức Chúa Trời tôi ôi, Đức Chúa Trời tôi ôi, sau Ngài lìa bỏ tôi?") cho thấy cái chết của Ngài thật kinh khủng.

Một thành viên trong nhóm của bạn có thể nói rằng: "Nếu sự chết của Chúa Giê-xu khinh khủng như vậy, và nếu Ngài là Đức Chúa Trời, chắc chắn phải có một cách nào đó khác để giải quyết chứ". Lời cầu nguyện của Chúa Giê-xu trong vườn Ghết-sê-ma-nê trả lời trực tiếp câu hỏi này: "A-ba, lạy Cha, mọi việc Cha đều làm được. Xin Cha cất chén nầy khỏi Con, nhưng không theo ý Con mà theo ý Cha." Thực tế cho thấy sự chết của Chúa Giê-xu vẫn xảy ra sau lời cầu nguyện này; điều đó cho thấy không còn cách nào khác để giải quyết nan đề này: vì nó nghiêm trọng tới mức như vậy.

Đọc Mác 15:1–16:8

3. Ngay lúc Chúa Giê-xu chết, điều gì đã xảy ra trong đền thờ ở phía bên kia thành phố? (Mác 15:38)

Bức màn trong đền thờ bị xé đôi từ trên xuống dưới.

- **Bức màn trong đền thờ như một biển báo lớn có ghi chữ "Cấm vào". Điều đó cho thấy con người bị phân cách với Đức Chúa Trời vì cớ tội lỗi. Vậy theo bạn thì tại sao Mác ghi lại việc đã xảy ra với bức màn này?**

Bức màn là hình bóng của sự ngăn cách giữa con người và Đức Chúa Trời. Bức màn bị xé đôi tượng trưng cho cách mà sự chết của Chúa Giê-xu đã mở ra một con đường đến với Đức Chúa Trời.

4. Trong Mác 14:50, chúng ta biết các môn đồ đã rời bỏ Chúa Giê-xu. Trong Mác 14:66–72, chúng ta biết Phi-e-rơ đã liên tục chối Chúa. Theo bạn thì tạo sao họ lại phản ứng như vậy dù Chúa Jêsus đã báo trước về sự chết của Ngài?

Họ sợ hãi. Họ không hiểu được rằng Chúa Giê-xu vẫn kiểm soát mọi thứ xảy ra. Họ vẫn chưa hiểu Chúa Giê-xu phải chết và sống lại.

5. Viên đội trưởng người La-mã, người trực tiếp chỉ huy việc tử hình, đã nói gì khi thấy Chúa Giê-xu trút hơi thở cuối cùng? (Mác 15:39)

Viên đội trưởng nói rằng: "Quả thật, người này là Con Đức Chúa Trời!"

- **Tại sao ông ấy lại nói vậy—và tại sao điều đó gây ngạc nhiên?**

Ông nói như vậy bởi vì ông thấy cách mà Chúa Giê-xu chết.(Mác 15:37)

Thật ngạc nhiên, viên đội trưởng Rô-ma là người chịu trách nhiệm trực tiếp tử hình Chúa Giê-xu, tuy nhiên cái chết của Ngài lại khiến cho ông hiểu được Chúa Giê-xu thật sự là ai. (Ông là người ngoại. Người Do Thái tin rằng dân ngoại không được cứu.)

6. Ân điển là khi Đức Chúa Trời đối xử với chúng ta hoàn toàn trái ngược với điều mà chúng ta đáng phải chịu. Đó là món quà ban cho người không xứng đáng. Phi-e-rơ đã chối Chúa Giê-xu ba lần (Mác 14:66–72). Bạn nghĩ Phi-e-rơ sẽ cảm thấy thế nào khi nhận được lời nhắn trong Mác 16:7? Tại sao?

Chắc chắn Phi-e-rơ sẽ cảm thấy ngạc nhiên khi được nhắc đến, xúc động khi được tha thứ. Ông cũng có thể cảm thấy bối rối khi gặp Chúa Giê-xu.

Ân điển mà Chúa Giê-xu đã bày tỏ cho Phi-e-rơ là hình ảnh về ân điển ban cho chúng ta ngày nay. Bạn sẽ đáp ứng thế nào về món quà Chúa Giê-xu ban tặng?

Phần cuối cùng của câu hỏi được thiết kế để giúp các thành viên suy nghĩ về đáp ứng của họ đối với tất cả những gì họ học và đọc về ân điển của Đức Chúa Trời.

Bạn còn có câu hỏi nào về phân đoạn Mác 14:1–16:8 không?

Bài tiếp theo sẽ bắt đầu bằng việc các thành viên trong nhóm được hỏi rằng họ có bất kỳ câu hỏi nào về sách Phúc âm Mác khi đọc ở nhà.

BUỔI 6 | ÂN ĐIỂN

Bạn sẽ tìm thấy sự giúp đỡ để trả lời những câu hỏi khó từ Phúc âm Mác trong phần phụ lục ở trang 125.

Một câu hỏi cụ thể mà thành viên có thể hỏi đó là tại sao phần nghiên cứu thêm dừng ở Mác 16:8 mà không phải Mác 16:20. Xem trang 135 cho phần bình luận về Mác 16:9–20.

GHI CHÚ VỀ
NGÀY TẬP TRUNG XA

Ngày tập trung xa là một phần quan trong trong khoá học Khám Phá Tin Lành bởi vì phần này sẽ cho các thành viên cơ hội để suy ngẫm về những điều đã học và cân nhắc đáp ứng cho cuộc đời của họ. Tài liệu của Ngày tập trung xa được thiết kế để thực hiện giữa phần 6 và phần 7 của khoá học.

Chủ đề của phần này sẽ là:

1. Người gieo giống

Chúng ta phải lắng nghe Chúa Giê-xu và làm theo điều mình nghe.

2. Gia-cơ và Giăng

Đi theo Chúa Giê-xu là sự phục vụ, không phải để có danh vọng. Chúng ta cần xin sự thương xót của Ngài, không phải phần thưởng.

3. Hê-rốt

Không quan tâm đến tiếng gọi ăn năn của Chúa Giê-xu và tin nơi Ngài cuối cùng sẽ khiến chúng ta bị Chúa Giê-xu khước từ.

Dành thời gian một ngày cùng với nhau cho phép chúng ta có thêm thời gian để suy ngẫm và chia sẻ lời chứng cá nhân(có thể nhóm trưởng hoặc bất kì người nào trong hội thánh). Điều này cũng cho phép nhóm có thời gian quan sát bạn và những người nhóm trưởng khác bày tỏ đức tin qua đời sống của mình.

Bạn có thể tìm thấy tất cả tài liệu cho Ngày tập trung xa trong phần 3 của Cẩm nang Nhóm trưởng từ trang số 101.

BUỔI 7
ĐẾN VÀ CHỊU CHẾT

🔍 KHÁM PHÁ

- Yêu cầu khách mời mở ra Buổi 4 trang 65 trong quyển cẩm nang.
- Hỏi xem có bất kì câu hỏi nào từ phần nghiên cứu thêm không.
- Yêu cầu mọi người mở Mác chương 1 trong Phúc âm Mác hoặc Kinh Thánh. Một trong những người nhóm trưởng nên đọc 1:14–15

Chúng ta đã nghe về tin tức tốt lành xuyên suốt khoá học Khám Phá Tin Lành này. Trong Mác 1:14–15, tin lành được nhắc đến 2 lần. Nhưng để có thể hiểu rõ về tin lành, đầu tiên chúng ta cần phải biết về "tin dữ" trước đã.

- **Mác 7:20–23** Chúng ta là những người có bản chất tội lỗi và tội lỗi đến từ bên trong chúng ta.

- **Mác 9:43–47** Tội lỗi không được giải quyết sẽ dẫn chúng ta xuống địa ngục.

- **Mác 10:26–27** Chúng ta không thể tự cứu mình ra khỏi tội.

"... Đức Chúa Jêsus đến Ga-li-lê, rao giảng Tin Lành của Đức Chúa Trời."(Mác 1:14). Khoá học này đã trả lời cho những câu hỏi sau đây như thế nào?

- **Tại sao Đức Chúa Giê-xu lại đến?** Tin lành là Chúa Giê-xu đã đến để gọi những kẻ có tội (Mác 2:17), và để chữa trị vấn đề về tâm linh của chúng ta bằng cách phó sự sống Ngài làm giá chuộc cho nhiều người (Mác 10:45).

- **Tại sao Đức Chúa Giê-xu chịu chết?** Tin lành là Chúa Giê-xu đã chết để nhận lấy hình phạt mà chúng ta xứng đáng nhận lấy, phó sự sống Ngài làm giá chuộc cho nhiều người. Điều này đã mở ra con đường cho chúng ta đến với sự hiện diện của Đức Chúa Trời (Mác 15:37–38).

- **Tại sao Đức Chúa Giê-xu sống lại?** Tin lành là Đức Chúa Giê-xu sống lại, chiến thắng sự chết. Ngài ban sự tha thứ và cuộc sống sau khi chết cho tất cả những người tin Ngài (Mác 16:6–7).

- **Làm sao Đức Chúa Trời có thể chấp nhận chúng ta?** Tin lành là: những điều không thể đối với chúng ta lại trở nên có thể đối với Đức Chúa Trời (Mác 10:26–27). Chúng ta không thể nhận được sự chấp thuận từ Đức Chúa Trời—đó là một món quà cho kẻ không xứng đáng. Tuy nhiên, Ngài ban cho chúng ta cách như không nếu chúng ta trở nên khiêm nhường, giống như những đứa trẻ, và vâng theo Chúa Giê-xu (Mác 10:15).

3. "... Hãy ăn năn và tin nhận Tin Lành" (Mác 1:15). "Ăn năn" có nghĩa là quay ngược trở lại từ hướng mà bạn đang đi. Và "tin nhận Tin Lành" có nghĩa là hành động và xây dựng cuộc đời dựa trên sự quay trở lại của bạn. Điều đó có ý nghĩa gì đối với bạn?

Câu hỏi này được thiết kế để khơi dậy sự suy ngẫm và đáp ứng với những điều được đưa ra trong câu hỏi 1 và 2. Bạn có thể muốn giải thích thêm về sự ăn năn đó là khi bạn quay lưng, từ bỏ đi theo con đường riêng của mình, đồng thời hướng về Đức Chúa Trời và bắt đầu đi theo con đường Chúa hướng dẫn.

Nếu các thành viên trong nhóm cần gợi ý, bạn có thể đưa ra ví dụ từ chính cuộc sống của bản thân khi bạn quay về từ những hiểu biết sai trật về Đức Chúa Trời và tội lỗi, sau đó ăn năn tội lỗi và tin nhận Chúa Giê-xu.

BUỔI 7 | ĐẾN VÀ CHỊU CHẾT

🔊 LẮNG NGHE

(Trang số 68 trong Cẩm Nang Học Viên.) Khích lệ nhóm của bạn ghi chú và đặt câu hỏi nếu có trong khi lắng nghe bài chia sẻ Kinh thánh hoặc video. Có khoảng trống để ghi chép trong cẩm nang.

> *"...Nếu ai muốn theo Ta, phải từ bỏ chính mình, vác thập tự giá mình mà theo Ta." (Mác 8:34)*

- Các môn đồ đã tận mắt chứng kiến quyền năng và thẩm quyền của Chúa Giê-xu—thế nhưng họ vẫn hỏi: "Người nầy là ai?"

- Chúa Jêsus chữa lành người mù một cách chậm rãi.

- Việc chữa lành người mù một cách chậm rãi phản ánh sự hiểu biết dần phát triển của các môn đồ.

- Phi-e-rơ biết rằng Chúa Giê-xu chính là Đấng Christ, Vị Vua duy nhất được Đức Chúa Trời chọn lựa.

- Nhưng "thị lực" của các môn đồ vẫn chưa hoàn toàn được khôi phục. Mặc dù họ biết Chúa Giê-xu là ai, nhưng họ vẫn chưa hiểu được tại sao Ngài lại đến và việc theo Ngài có nghĩa là gì?

- Theo Chúa Giê-xu có nghĩa là từ bỏ chính mình và vác thập tự giá của mình.

- Nếu chúng ta muốn cứu mạng sống của mình, chúng ta phải trao phó cuộc đời cho Chúa Giê-xu.

- Một môn đồ thật của Chúa Giê-xu là người hiểu rõ cái giá phải trả khi theo Ngài—nhưng vẫn vui lòng chấp nhận, vì biết rằng Chúa Giê-xu đáng giá gấp vạn lần hơn.

- Bạn thấy được gì khi nhìn vào:

- **Danh tính** của Chúa Giê-xu? (Có phải Ngài chỉ là một người tốt, hay Ngài là Đấng Christ, Con của Đức Chúa Trời?)

- **Sứ mạng** của Chúa Giê-xu? (Có phải cái chết của Ngài chỉ là bi kịch vô nghĩa, hay là một sự giải cứu—là "giá chuộc cho nhiều người"?)

- **Tiếng gọi** của Chúa Giê-xu? (Có phải đó là sự kêu gọi từ bỏ cuộc sống, hay là cách để có được sự sống?)

THẢO LUẬN

(Trang số 69 trong Cẩm Nang Học Viên.) Hỏi nhóm của bạn nếu họ có bất kì câu hỏi nào xuất hiện hoặc có điều gì làm họ bất ngờ từ bài nói/video. Điều này sẽ giúp họ phản hồi một cách cụ thể về điều vừa được nghe, trước khi tiếp tục chuyển qua những câu hỏi thảo luận.

1. "Một người nếu được cả thế gian mà mất linh hồn mình thì có ích gì?" (Mác 8:36) Bạn sẽ trả lời câu hỏi này thế nào?

Câu hỏi này được thiết kế nhằm bày tỏ giá trị cuối cùng của linh hồn con người, cũng như sự cần thiết của việc được tha thứ và giải hoà với Đức Chúa Trời bằng cách tin vào Đấng Christ.

2. Bạn có thấy hổ thẹn về Chúa Giê-xu và lời của Ngài không? (Mác 8:38)

Câu hỏi được thiết kế để giúp nhóm suy ngẫm về tiếng gọi của Chúa Giê-xu để trở nên môn đệ Ngài một cách thực tế. Câu trả lời có thể bao gồm:

- Xấu hổ trước mặt bạn bè, gia đình và đồng nghiệp nếu họ phát hiện bạn là một Cơ đốc nhân.
- Không sẵn lòng nói cho người khác tin tốt lành về Chúa Giê-xu vì họ có thể phản kháng.

- Sợ bị nói là cố chấp, đồng bóng, ngu ngốc,... nếu bạn bảo vệ những gì Chúa Giê-xu đã phán về những điều này và các vấn đề "nhạy cảm" khác.

3. Bạn hãy cho điểm những câu bên dưới (0 = hoàn toàn không thuyết phục, 10 = tin một cách chắc chắn)

Chúa Giê-xu là Đấng Christ, Con Đức Chúa Trời.

0   10
_____

Chúa Giê-xu đến để giải cứu tôi khỏi tội lỗi của tôi.

0   10
_____

Theo Chúa Giê-xu có nghĩa là từ bỏ chính mình và đặt Chúa Giê-xu lên trước bất luận hậu quả thế nào.

0   10
_____

Yêu cầu các thành viên trong nhóm đặt một chữ thập trên mỗi dòng để tự chấm điểm từ 0 đến 10, sử dụng các câu hỏi trên để giúp họ. Ngoài ra, nếu họ thích, họ có thể viết xuống một con số cho mỗi câu trả lời.

Điểm số mà các thành viên trong nhóm tự đưa ra sẽ giúp bạn nhận thấy được cá nhân mỗi người trong sự hiểu biết và đáp ứng với thông điệp phúc âm.

KHÁM PHÁ | TIN LÀNH

VẬY THÌ, BÂY GIỜ CHÚNG TA PHẢI LÀM GÌ?

Đưa ra một kết luận ngắn gọn. Nếu bạn có nhiều nhóm thảo luận, kết luận tốt nhất nên được đưa đến mọi người bởi người lãnh đạo khóa học hoặc diễn giả. (Những ý bên dưới chỉ nhằm mục đích hướng dẫn chung.)

Khi chúng ta kết thúc khóa học, câu hỏi tự nhiên là: Chúng ta phải làm gì bây giờ? Mặc dù chúng ta đã trải qua khóa học cùng nhóm, nhưng chúng ta cần đáp ứng cách cá nhân đối với Tin lành. Chúng tôi không ở đây để gây áp lực cho mọi người cam kết những điều mà họ chưa sẵn sàng để thực hiện. Điều đó đi ngược lại với ví dụ Chúa Giê-xu đưa ra trong Mác 8. Tuy nhiên, Tin lành đòi hỏi đáp ứng từ mỗi cá nhân.

Chúng ta hãy đến gần hơn với câu nói của Chúa Giê-xu trong chương mở đầu sách Mác.

> *Ngài phán: "Giờ đã trọn, vương quốc Đức Chúa Trời đã đến gần, các ngươi hãy ăn năn và tin nhận Tin Lành." (Mác 1:15)*

Đây là một lời kêu gọi hành động. Thời giờ đã đến. (Hãy để các thành viên trong nhóm cảm nhận được sức nặng của điều này.)

Không bao giờ là đủ để biết Chúa Giê-xu là ai, những gì Ngài đã làm thành và cách Ngài gọi chúng ta đáp ứng. Chúng ta phải hành động theo những gì chúng ta đã hiểu—chúng ta phải đáp lại Tin lành này.

Ở đây có ba khía cạnh trong mạng lệnh của Chúa Giê-xu.

1. Vương quốc của Đức Chúa Trời đã gần kề

Chúng ta phải hiểu rằng Chúa Giê-xu đến với chúng ta như một vị vua chinh phục. Vương quốc của Ngài đã gần kề. Mác đã cho chúng ta thấy quyền năng và thẩm quyền mà Chúa Giê-xu có vượt trên mọi thẩm quyền khác. Chúng ta cũng nhận ra rằng về bản chất, chúng ta đã nổi loạn chống lại luật lệ của Đức Chúa Trời.

Bạn đáp ứng với Vương quốc Đức Chúa Trời như thế nào? Bạn sẽ tiếp tục chống đối Ngài? Hay sẽ sẵn sàng trở thành thần dân của Ngài?

2. Ăn năn

Sống với Chúa Giê-xu là Vua bao gồm sự ăn năn. Ăn năn có nghĩa là quay lại theo hướng ngược lại với hướng bạn đang đi—quay trở lại với Đức Chúa Trời, lánh xa tội lỗi. Điều đó không có nghĩa là chúng ta có thể sống hoàn hảo kể từ bây giờ—chúng ta không thể làm điều này. Nhưng nó có nghĩa là chúng ta phải đối mặt với sự nổi loạn cá nhân đã từng chống lại Đức Chúa Trời, thú nhận với Ngài, và làm Ngài vui lòng kể từ bây giờ.

3. Tin vào Tin lành

Tin vào Tin lành có nghĩa là chúng ta sẵn sàng chấp nhận và sống với niềm tin rằng Chúa Giê-xu đã chết vì tội lỗi và sống lại để giải cứu chúng ta khỏi tội. Tin lành đó là: những kẻ nổi loạn quay trở lại với Đức Chúa Trời qua việc tin vào những gì Chúa Giê-xu đã làm cho họ, những kẻ đó sẽ được chào đón trong vương quốc của Ngài mãi mãi. Chúng ta biết tội lỗi của mình không còn ngăn cách chúng ta đến với Đức Chúa Trời.

> Ngài phán: *"Giờ đã trọn, vương quốc Đức Chúa Trời đã đến gần, các ngươi hãy ăn năn và tin nhận Tin Lành."* (Mác 1:15)

Bạn sẽ đáp ứng như thế nào?

Lưu ý dành cho người hướng dẫn: Cho nhóm một cơ hội để đáp ứng. Cũng dễ hiểu khi một số thành viên không muốn nói chuyện cởi mở, nhưng hãy chắc chắn bạn nói chuyện với mỗi cá nhân trước khi họ rời đi để bạn biết rõ nhất cách đồng hành, theo sát mỗi người. Nhìn chung, có ba cách đáp ứng của người tham gia có thể đưa đến kết thúc bài học như sau:

Đối với những người chưa sẵn sàng theo Chúa Giê-xu, nhưng vẫn muốn học thêm nữa, bạn có thể đề nghị: đến nhà thờ với bạn, gặp bạn để nghiên cứu Kinh thánh một-một, tham gia khóa học "Khám phá cuộc sống" hoặc đọc một cuốn sách Cơ Đốc giáo nhằm giải đáp các thắc mắc mà họ có thể có. Có thể tải về miễn phí, mục "Sau khóa học", nhằm giúp bạn theo sát các thành viên trong nhóm. Bạn có thể tìm thấy, và gợi ý một số cuốn sách nên đọc, tại https://vanphamhatgiong.com/vi/kham-pha-tin-lanh/.

Đối với những người không muốn theo Chúa Giê-xu và không thích thú với việc nghiên cứu vào những điều sâu hơn: hãy cho họ biết bạn đánh giá cao việc biết và được làm quen với họ như thế nào, và đề nghị gặp nhau để uống cà phê trong vài tuần tới nếu họ thích.

Đối với những người đã nghe thấy lời kêu gọi ăn năn và đặt niềm tin nơi Chúa, và muốn bắt đầu theo Chúa Giê-xu: hãy giải thích lại ý nghĩa của việc ăn năn và đặt niềm tin nơi Chúa.

Chỉ có Đức Chúa Trời, nhờ Chúa Thánh Linh, mới có thể cho phép một người ăn năn và đặt niềm tin nơi Ngài. Ăn năn có nghĩa là phải quay đầu lại từ hướng mà chúng ta hiện đang hướng tới, trở về với Chúa. Nó có nghĩa là chúng ta bắt đầu sống cuộc sống làm vui lòng Ngài, hơn là tiếp tục nổi dậy chống đối Ngài. Đặt niềm tin có nghĩa là tin rằng Chúa Giê-xu là Đấng như Ngài đã phán, và kết quả là đặt niềm tin vào Ngài. Nó có nghĩa là ủng hộ những gì Ngài ưa thích, và chống lại những gì Ngài gớm ghiếc. Như chính Chúa Giê-xu đã nói, nếu các ngươi yêu mến ta, thì giữ gìn các điều răn ta (Giăng 14:15).

Vì vậy, để ăn năn và đặt niềm tin nơi Chúa là điều mà chúng ta làm một cách quyết đoán tại một thời điểm xác định, nhưng đó không chỉ là một khoảnh khắc để nhìn lại; mà đó là một cách sống mới kể từ thời điểm đó. Hãy giúp các thành viên trong nhóm của bạn nhìn thấy sự ăn năn và đặt niềm tin nơi Chúa sẽ có những biểu hiện như thế nào:

- **Thái độ mới đối với Đức Chúa Trời:** Người theo Chúa Giê-xu luôn bày tỏ lòng biết ơn Chúa sâu sắc, khao khát biết Chúa nhiều hơn, yêu Chúa hơn và ngày càng kinh ngạc về Ngài. Khát khao này được nuôi dưỡng bằng cách đọc lời Chúa, đọc Kinh thánh và cầu nguyện với Chúa mỗi ngày.

Khuyến khích thành viên trong nhóm đọc Kinh thánh một-một theo cặp, và gợi ý một số ghi chú khi đọc Kinh thánh hàng ngày. Một khóa học đáp ứng như "Khám phá môn đồ hóa" cũng là một cách tuyệt vời cho một tín đồ mới bắt đầu.

Thay vì yêu cầu ai đó đọc hoặc lặp lại một lời cầu nguyện, hãy khuyến khích họ cầu nguyện với Chúa về những gì họ đã khám phá được trong khóa học, cảm ơn Đức Chúa Trời vì Chúa Giê-xu và tầm quan trọng của Ngài đối với họ. Đảm bảo rằng họ có thể nói chuyện thoải mái với Chúa theo cách riêng của họ, bởi vì Đức Chúa Trời nhìn xem tấm lòng và hiểu được khao khát thực sự của mỗi người—ngay cả khi lời nói của chúng ta do dự, ngập ngừng và không chắc chắn.

- **Thái độ mới với chính bản thân chúng ta**. Người theo Chúa khao khát làm vui lòng Ngài bằng cách từ bỏ tội lỗi, và sống cho Chúa Giê-xu. Sẽ có những lĩnh vực trong cuộc sống mà chúng ta biết (hoặc sẽ thấy) không làm Ngài vui lòng. Ăn năn và đặt niềm tin có nghĩa là chúng ta quay lưng lại với lối sống đó và cố gắng sống cuộc sống theo cách Chúa mong muốn. Đây là cuộc sống mà Chúa Giê-xu mô tả là cuộc sống dư dật (Giăng 10:10).

- **Thái độ mới đối với mọi người**. Người theo Chúa khao khát yêu thương và phục vụ người khác. Điều này thể hiện bằng cách cam kết dâng mình phục vụ tại nhà thờ địa phương. Như Chúa Giê-xu đã phán: Ta ban cho các con một điều răn mới, ấy là các con phải yêu thương nhau. Như Ta đã yêu thương các con thể nào thì các con cũng hãy yêu thương nhau thể ấy. Nếu các con yêu thương nhau, thì bởi đó, mọi người sẽ nhận biết các con là môn đồ Ta. (Giăng 13:34–35).

Chúa Giê-xu truyền lệnh cho những người theo Ngài phải chịu phép báp têm (Ma-thi-ơ 28:18–20). Nó là một cách chứng nhận công khai với Đấng Christ và con dân của Ngài. Khuyến khích các thành viên trong nhóm nói chuyện với mục sư hoặc truyền đạo của họ về việc làm phép báp-tem.

Đề nghị gặp thành viên trong nhóm tại nhà thờ vào Chúa nhật, và giúp họ thiết lập một thói quen tham dự mỗi tuần. Khuyến khích họ tham gia nhóm nhỏ và sử dụng bất cứ khả năng nào họ có để phục vụ anh em trong thân thể Đấng Christ.

Nếu ai đó nói rằng họ đã ăn năn và tin vào Tin lành, hãy khuyến khích họ suy nghĩ và hành xử như một tín đồ, và vui mừng như một thành viên trong Vương quốc của Đức Chúa Trời.

PHẦN KẾT LUẬN

Bạn có thể cung cấp cho mỗi thành viên trong nhóm một mẫu phản hồi để bạn biết được những gì họ nghĩ về khóa "Khám phá Tin lành" (có thể tải mẫu xuống từ
https://vanphamhatgiong.com/vi/kham-pha-tin-lanh/).
Đảm bảo với họ rằng mẫu phản hồi này sẽ được giữ bí mật và không được đưa cho bất cứ ai khác xem.

Khi bạn nói lời tạm biệt với nhóm, dù họ đáp ứng như thế nào, hãy cho họ biết bạn đã đánh giá cao sự đồng hành của họ trong khóa học này. Và tiếp tục cầu nguyện cho tất cả các thành viên trong nhóm khi khóa học sắp kết thúc.

PHẦN 3
NGÀY TẬP TRUNG XA

NGÀY TẬP TRUNG XA
GIỚI THIỆU

- *Chào đón mọi người và cảm ơn họ vì đã tham dự. Phát lịch trình của ngày để mọi người biết chuyện gì sẽ diễn ra và khi nào thì tới giờ giải lao. Nếu bạn không gặp nhau tại địa điểm cũ, thông báo cho mọi người nơi để đồ ăn nhẹ giữa giờ và nơi ăn trưa cũng như địa điểm nhà vệ sinh.*
- *Chào mừng dựa trên những ghi chú dưới đây. Bạn có thể tải xuống những ghi chú này tại*
  https://vanphamhatgiong.com/vi/kham-pha-tin-lanh/
  để giúp bạn dùng cho nhóm của mình.

Chào mừng tất cả chúng ta đến Ngày tập trung xa. Chúng tôi rất vui vì các bạn đã dành thời gian đến đây. Tôi chỉ muốn nói đôi điều về mục tiêu và chương trình của ngày hôm nay.

MỤC TIÊU

Trong sách Mác, có vài lần Chúa Giê-xu đem các môn đồ riêng ra khỏi những bận rộn thường ngày. Ngài muốn họ có thời gian để suy ngẫm về những điều Ngài dạy. Cho nên, đó cũng là mục tiêu của này hôm nay. Mác đã giới thiệu cho chúng ta con người tuyệt vời và sứ mạng của Chúa Giê-xu. Hôm nay là cơ hội để chúng ta có thời gian nghỉ ngơi, vui chơi với nhau. Nhưng trên hết, đây là thời gian để suy ngẫm về những điều chúng ta đã nghe và thảo luận về chúng.

CHƯƠNG TRÌNH

Phần 1: Người Gieo Giống (Mác 4:1–9, 13–20)

Chúng ta sẽ cùng nghe câu chuyện Chúa Giê-xu kể—thường được họi là "ẩn dụ về người gieo giống". Câu chuyện này nhắc chúng ta về quyền năng của thông điệp phúc âm, quyền năng để biến đổi đời sống và trách nhiệm của chúng ta đó là nghe và tiếp nhận nó.

Sẽ có trà/cà phê tại _____

Phần 2: Gia-cơ và Giăng (Mác 10:35–52)

Hai lần trong sách Mác, Chúa Giê-xu hỏi: "Các con muốn ta làm gì cho các con?" chúng ta sẽ khám phá điều chúng ta cần nhất trên đời là gì?

Chúng ta sẽ ăn trưa cùng nhau tại _____

Chúng ta sẽ có thời gian tự do sau ăn trưa. *(Cho mọi người những gợi ý về việc có thể làm sau giờ ăn trưa)*

"Những câu chuyện thật"

Sau đó vào buổi chiều, một vài người bạn trong Hội thánh sẽ đến để gặp chúng ta, và chia sẻ với chúng ta về quá trình đến với đức tin nơi Chúa Giê-xu của họ.

Sẽ có trà/cà phê tại _____

Phần 3: Hê-rốt (Mác 6:17–29)

Trong phần cuối cùng, chúng ta sẽ cùng học về một vị vua thích nghe lời của một tiên tri. Nhưng vị vua này lựa chọn không làm theo những gì ông nghe và cuối cùng bất lực trước hoàn cảnh xảy ra tiếp theo.

BUỔI 7 | ĐẾN VÀ CHỊU CHẾT

Mác chương 9:30–32 ghi chép lại một trong nhiều lần Chúa Giê-xu đem các môn đồ riêng ra để dạy dỗ và cho họ thời gian suy ngẫm. Đáng tiếc là họ không hiểu điều Chúa Giê-xu nói nhưng lại sợ không dám hỏi Ngài về điều đó. Xin đừng đi theo vết xe đổ của họ. Chúng tôi luôn sẵn sàng để nghe suy nghĩ và câu hỏi của tất cả mọi người xuyên suốt ngày hôm nay.

- Sau khi kết thúc phần giới thiệu, bắt đầu ngay Phần 1: Người Gieo-giống.

NGÀY TẬP TRUNG XA 1
NGƯỜI GIEO GIỐNG

KHÁM PHÁ

- Yêu cầu khách mời mở ra phần ngày tập trung xa trang 55 trong quyển cẩm nang.
- Yêu cầu mọi người mở Mác chương 4 trong Phúc âm Mác hoặc Kinh thánh. Một trong những người nhóm trưởng nên đọc Mác 4:1–9 và 13–20.

Truyện ngụ ngôn là câu chuyện ẩn dụ, đôi khi ẩn chứa ý nghĩa sâu xa. Mỗi phần trong ẩn dụ này tượng trưng cho điều gì? (Xem Mác 4:13–20)

Người gieo giống tượng trưng cho: những người "gieo đạo" (Mác 4:14) có nghĩa là những người chia sẻ cho người khác thông điệp phúc âm hay tin lành về Chúa Giê-xu.

Hạt giống là: "Lời Chúa" (Mác 4:14) có nghĩa là lời của Đức Chúa Trời, thông điệp Kinh thánh về Chúa Giê-xu (Danh tính, sứ mạng và tiếng gọi của Ngài).

Đất dọc đường chỉ về những người: nghe thông điệp phúc âm, nhưng "Ma quỷ đến và cướp mất đạo" (Mác 4:15), đây là những người nghe đạo nhưng liền quên mất điều mình nghe.

Loại đất đá sỏi chỉ về những người: vui mừng về những điều họ nghe, nhưng "chỉ tồn tại nhất thời" (Mác 14:16–17) có nghĩa là họ đáp ứng đúng đắn ban đầu, nhưng vấp ngã khi khó khăn bắt bớ ấp đến vì đi theo Chúa Giê-xu.

Gai góc là gì trong thực tế? Gai góc giống như "lo lắng về đời nầy, sự quyến rũ của giàu sang, và sự tham muốn những thứ khác" (Mác 4:19). Hỏi nhóm của bạn những điều này có ý nghĩa gì đối với họ.

Bằng cách nào bạn có thể nhận ra những người tượng trưng cho mảnh đất tốt? Những người tượng trưng cho mảnh đất tốt nghe phúc âm, tiếp nhận và tiếp tục được biến đổi bởi phúc âm, cũng như sống một cuộc đời kết quả cho Đức Chúa Trời.

🔊 LẮNG NGHE

(trang số 56 trong Cẩm Nang Học Viên). khích lệ nhóm của bạn ghi chú và đặt câu hỏi nếu có trong khi lắng nghe bài chia sẻ Kinh thánh hoặc video. có khoảng trống để ghi chép trong cẩm nang.

"Ngài lại phán: "Ai có tai để nghe, hãy nghe!"(Mác 4:9)

- Tin lành về Chúa Giê-xu chỉ thay đổi cuộc đời bạn khi bạn chịu lắng nghe cẩn thận.

- Ẩn dụ này giải thích về điều có thể xảy ra sau khi một người được nghe tin lành.

    1. Sa-tan giống như kẻ trộm muốn lấy đi sứ điệp Phúc Âm đã được gieo vào lòng bạn.
    2. Một số người đã chọn bỏ Chúa Giê-xu hơn là chấp nhận trả giá để theo Ngài.
    3. Một số người lại để ham muốn những điều khác của mình trở nên mạnh mẽ hơn lòng khao khát Chúa Giê-xu.
    4. Một số khác thì nhận biết rằng Chúa Giê-xu chính là báu vật quý giá nhất trên đời này.

- Sứ điệp Phúc Âm có năng quyền tác động xuyên qua mọi tấm lòng, miễn là chúng ta lắng nghe và làm theo.

THẢO LUẬN

(Trang số 57 trong Cẩm Nang Học Viên). Hỏi nhóm của bạn nếu họ có bất kì câu hỏi nào xuất hiện hoặc có điều gì làm họ bất ngờ từ bài nói/video. Điều này sẽ giúp họ phản hồi một cách cụ thể về điều vừa được nghe, trước khi tiếp tục chuyển qua những câu hỏi thảo luận

1. Khi nhìn lại khoá học này, bạn có thấy mình đã bị cướp mất lời nào từng được gieo vào lòng bạn không?

Nếu có ai nói có, yêu cầu họ giải thích rõ hơn. Ví dụ, một người có thể vắng vài phần trong khoá học hoặc họ quá bận rộn đến nỗi không thể suy nghĩ về điều họ đã nghe, không làm bất cứ phần nào trong phần "Nghiên cứu thêm" tại nhà.

Những thành viên trong nhóm cần được biết rằng Sa-tan muốn cướp đi thông điệp phúc âm khỏi họ, nhưng cần đảm bảo với họ rằng, Ma quỷ không có thẩm quyền quyết định chuyện này. Chúa Giê-xu đã chiến thắng Ma quỷ bằng sự chết của Ngài trên thập tự giá. Khích lệ các thành viên đáp ứng đúng đắn với những điều họ nghe hơn là lo lắng về những điều họ đã đánh mất.

Ghi chú: Nếu một khách mời vắng nhiều phần trong khoá học, hãy khích lệ họ tham dự khoá học một lần nữa, hoặc đề nghị họ có thể hoàn thành khoá học một cách cá nhân với một nhóm trưởng hoặc ai khác.

2. Loại đất nào trong ẩn dụ trên mô tả đúng nhất về bạn?

Câu hỏi này sẽ giúp thành viên suy nghĩ về đáp ứng cá nhân của họ đối với tin lành về Chúa Giê-xu cho đến thời điểm này. Phần cuối cùng của Ngày tập trung xa sẽ thách thức đáp ứng của họ một cách mạnh mẽ hơn.

NGÀY TẬP TRUNG XA 2
GIA-CƠ & GIĂNG

- Yêu cầu khách mời mở trang 59 của Cẩm Nang Học Viên. Giải thích rằng Ngày Tập Trung Xa 2 và 3 không bao gồm phần Khám Phá Kinh thánh. Chúng ta sẽ tiếp tục với phần thảo luận/Video.

LẮNG NGHE

Khích lệ nhóm của bạn ghi chú và đặt câu hỏi nếu có trong khi lắng nghe bài chia sẻ Kinh thánh hoặc video. Có khoảng trống để ghi chép trong cẩm nang.

"Các con muốn Ta làm gì cho các con?" (Mác 10:36)

- Nếu Chúa hỏi: "Con muốn Ta làm gì cho con?", thì bạn sẽ cầu xin điều gì?
- Gia-cơ và Giăng muốn quyền lực và danh tiếng, song Chúa Giê-xu lại ban cho họ điều quý giá hơn bội phần—là chính Ngài.
- Theo Chúa Giê-xu có nghĩa là phục vụ, chứ không phải địa vị.
- Sự mãn nguyện, thoả lòng và hạnh phúc không đến từ việc tìm kiếm địa vị hay bất kì điều gì khác—tất cả đều đến từ Đức Chúa Trời.

- Chúng ta coi trọng những điều này hơn Đức Chúa Trời. Kinh thánh gọi đó là tội thờ hình tượng—biến những vật Đức Chúa Trời tạo nên thành Chúa của chúng ta.

- Người mù Ba-ti-mê gọi Chúa Giê-xu là "Con vua Đa-vít" và xin Ngài thương xót ông. Ông đã được nhận được sự thương xót và theo Ngài.

- Bạn muốn Chúa Giê-xu làm gì cho mình?

THẢO LUẬN

(Trang số 60 trong Cẩm Nang Học Viên). Hỏi nhóm của bạn nếu họ có bất kì câu hỏi này xuất hiện hoặc có điều gì làm họ bất ngờ từ bài nói/video. Điều này sẽ giúp họ phản hồi một cách cụ thể về điều vừa được nghe, trước khi tiếp tục chuyển qua những câu hỏi thảo luận.

1. Bạn nhận thấy mình giống ai trong các nhân vật Giăng và Gia-cơ? Hay Ba-ti-mê? Tại sao?

Câu hỏi này sẽ giúp các thành viên áp dụng bài học trong bài chia sẻ/video vào trường hợp của họ. Nếu có ai không thấy mình giống với Gia-cơ, Giăng hoặc là Ba-ti-mê, yêu cầu họ giải thích tại sao.

2. Bạn muốn Chúa Giê-xu làm gì cho mình?

Câu hỏi này rất cá nhân cho mỗi thành viên trong nhóm. Khích lệ họ chia sẻ câu trả lời, nhưng đừng ép buộc bất kì ai nói nếu họ không muốn. Một vài người sẽ trả lời họ không biết họ muốn gì từ Chúa Giê-xu. Nếu như vậy, khích lệ họ tiếp tục đến với phần còn lại của khoá học, và cho họ biết rằng vẫn còn cơ hội sau này để khám phá thông điệp Tin Lành.

Sự kiện Ba-ti-mê được chữa lành có thể dẫn đến vấn đề sự chữa lành trong tâm trí của vài người, trong trường hợp này có thể họ muốn Chúa Giê-xu chữa lành cho họ hoặc cho người thân của họ. Xem phần trả lời cho câu hỏi "Tại sao Chúa cho phép đau khổ xảy ra?" trong phần phụ lục trang 141.

"NHỮNG CÂU CHUYỆN THẬT"

Ngày tập trung xa sẽ cho các thành viên khác trong hội thánh hoặc mục vụ của bạn phục vụ những người tham dự khoá học *Khám Phá Tin Lành*. Ví dụ, những người không thể làm nhóm trưởng giúp đỡ hằng tuần có thể dành một ít thời gian để chuẩn bị địa điểm, đồ ăn giải lao hoặc bữa ăn trưa. Điều này sẽ cho khách mời một cơ hội để gặp gỡ những thành viên khác trong hội thánh.

1 hoặc 2 người có thể phù hợp để chia sẻ lời chứng cá nhân trong phần "Những câu chuyện thật" vào buổi chiều.

CÂU CHUYỆN CÁ NHÂN

Trong Hội thánh của bạn, chọn 2 hoặc 3 người đại diện cho giới tính, độ tuổi tương ứng với những người tham dự *Khám phá Tin Lành*. Mời họ đến ăn trưa và giới thiệu họ. Khía cạnh quan trọng nhất trong việc chọn những người này đó là khả năng trình bày rõ ràng và hữu ích về hành trình đức tin của họ trong Chúa Giê-xu và trải nghiệm của một Cơ đốc nhân trong đời sống hằng ngày.

Yêu cầu những người này chia sẻ câu chuyện của họ vào buổi chiều (sau bữa ăn hoặc thời gian rãnh, tuỳ vào chương trình của bạn), có thể chia sẻ trực tiếp hoặc qua việc phỏng vấn.

Yêu cầu họ chia sẻ về:

- Làm thế nào mà họ tin Chúa Giê-xu.

- Niềm vui và khó khăn của đời sống Cơ đốc nhân.

- Những sự hỗ trợ nào họ nhận được từ hội thánh địa phương (ví dụ: nhóm nhỏ, đọc Kinh thánh 1 và 1, sách và tài liệu trên truyền thông...)

- Đức Chúa Trời phán với họ khi họ đọc Kinh thánh và nghe giảng dạy.

Tìm hiểu kĩ để chắc rằng những người chia sẻ lời chứng sẵn sàng trả lời những câu hỏi khác, và khích lệ người tham dự *Khám phá Tin Lành* trò chuyện với họ giờ giải lao.

NGÀY TẬP TRUNG XA 3
HÊ-RỐT

LẮNG NGHE

(Trang số 61 trong Cẩm Nang Học Viên). Khích lệ nhóm của bạn ghi chú và đặt câu hỏi nếu có trong khi lắng nghe bài chia sẻ Kinh thánh hoặc video. Có khoảng trống để ghi chép trong cẩm nang.

"Vua đau lòng lắm; nhưng vì lời thề và vì khách dự tiệc, vua không muốn thất hứa." (Mác 6:26)

- Chúng ta hiện nay chính là kết quả của điều mình đã lựa chọn.

- Vua Hê-rốt giam Giăng Báp-tít vào ngục.

- Vua Hê-rốt thích nghe Giăng giảng dạy nhưng không hề ăn năn.

- Vua Hê-rốt không nghe theo lời Giăng đã nói về bà Hê-rô-đia. Vì thế, đến cuối cùng, ông bị thúc ép làm điều ông không mong muốn—và xử tử Giăng Báp-tít.

- Nếu chúng ta nghe theo Chúa Giê-xu và coi trọng lời của Ngài, gia đình và bạn bè có thể khước từ chúng ta. Nhưng sẽ có một gia đình các tín hữu đầy tình yêu thương luôn giúp đỡ và khích lệ chúng ta.

- Mặc dù việc theo Chúa Giê-xu sẽ khiến chúng ta chịu nhiều bắt bớ, nhưng Chúa Giê-xu hứa rằng giữa những bắt bớ đó, Ngài sẽ ban ơn dư dật cho chúng ta cùng sự vui mừng lớn.

- Khi bỏ qua lời kêu gọi ăn năn và tin nhận Chúa Giê-xu, có thể chúng ta sẽ được người khác chấp nhận, nhưng đến cuối cùng chính chúng ta sẽ bị Chúa Giê-xu khước từ.

💬 THẢO LUẬN

(Trang số 62 trong Cẩm Nang Học Viên). Hỏi nhóm của bạn nếu họ có bất kì câu hỏi nào xuất hiện hoặc có điều gì làm họ bất ngờ từ bài nói/video. Điều này sẽ giúp họ phản hồi một cách cụ thể về điều vừa được nghe, trước khi tiếp tục chuyển qua những câu hỏi thảo luận.

1. Bạn nghĩ vua Hê-rốt cảm thấy thế nào khi ra lệnh xử tử Giăng Báp-tít? (Xem Mác 6:20, 26 và Mác 6:16.)

Mác 6:20—Hê-rốt biết Giăng là người "công chính và thánh thiện" và không xứng đáng bị đối xử như kẻ tử tù, cho nên Hê-rốt có thể cảm thấy mặt cảm tội lỗi. Ông thích lắng nghe Giăng, vì vậy có lẽ ông sẽ cảm thấy tiếc nuối khi không còn cơ hội đó nữa.

Mác 6:26—Vua đau lòng về yêu cầu giết Giăng Báp-tít, nhưng ông không muốn từ chối trước mặt những vị khách của ông trong bữa tối. Ông không muốn giết Giăng, nhưng chính ông bị mắc vào cái bẫy mà ông tạo nên. Ông có thể cảm thấy mình không còn lựa chọn nào khác—Nhưng điều này không đúng! Ông vẫn có thể từ chối đề nghị của cô con gái.

Mác 6:16 Điều này cho thấy có thể Hê-rốt vẫn còn suy nghĩ về Giăng. Ông vẫn còn mặt cảm tội lỗi về điều mình đã làm, và có thể lo ngại về việc mình phải đối diện với người mà mình đã giết.

2. Mác cho chúng ta biết rằng "cơ hội đã đến" (Mác 6:21). Bà Hê-rô-đia đã tận dụng cơ hội để làm gì? Xem 6:19, 24.)

Hê-rô-đia muốn giết Giăng Báp-tít trong một thời gian dài (Mác 6:19), nhưng không thể vì Hê-rốt đang bảo vệ ông. Lời thề ngu ngốc của Hê-rốt đối với con gái của ông đã cho Hê-rô-đia một cơ hội giết Giăng ngay lập tức. (Mác 6:27)

3. Vua Hê-rốt đã mất đi cơ hội gì? Và tại sao?

Hê-rốt đã mất cơ hội để ăn năn: xoay lưng khỏi điều mà ông biết là sai trái, và quay trở về với Chúa. Ông thích nghe Giăng giảng, người mà ông biết là "công chính và thánh thiện" (Mác 6:20). Ông đã nghe thông điệp rõ ràng từ Giăng đó là: việc cưới Hê-rô-đia vợ của em mình là sai trái(Mác 6:18)—nhưng ông từ chối ăn năn. Và tại bữa tiệc do mình tổ chức, Hê-rốt đã có cơ hội để cứu mạng Giăng và ăn năn từ bỏ lời hứa ngu ngốc với con gái của Hê-rô-đia. Nhưng ông không muốn làm điều đó trước mặt những người khách dự tiệc, cho nên ông ra lệnh lấy đầu của Giăng.

4. Vua Hê-rốt tượng trưng cho mảnh đất nào? (Mác 4:15–20)

Hê-rốt là loại đất đầy gai góc (Mác 4L18–19). Ông nghe lời của Đức Chúa Trời, ông được dạy dỗ bởi Găng Báp-tít, nhưng những điều khác đã khiến ông nghẹt ngòi và không kết quả được.

5. Có một câu danh ngôn nói rằng: "Chúng ta hiện nay chính là kết quả của điều mình đã lựa chọn." Điều này đúng với vua Hê-rốt thế nào?

Hê-rốt đã lựa chọn việc cưới vợ của em mình. Ông từ chối việc ăn năn khi Giăng Báp-tít chỉ trích việc ông làm. Mối liên hệ sai trái của ông với Hê-rô-đia và sự căm ghét của bà dành cho Giăng dẫn đến việc ông đồng ý giết Giăng. Ông đã có cơ hội để lắng nghe lời Chúa qua Giăng, nhưng ông không tiếp nhận. Một thời gian sau, khi Hê-rốt gặp Chúa Giê-xu, không còn cơ hội nào cho ông và Chúa Giê-xu không trả lời bất kì câu hỏi nào của Hê-rốt (Luca 23:9)

6. Bạn đã đưa ra quyết định nào cho mình về những điều mà mình đã nghe khi tham dự *Khám phá Tin Lành*?

Câu hỏi này được đặt ra để thách thức mỗi thành viên một cách cá nhân về lựa chọn và quyết định của họ, và hệ quả kéo theo.

Nếu bạn còn thời gian sau phần thảo luận, và có bất kì câu hỏi nào vẫn chưa được trả lời từ phần thảo luận "Nếu bạn có thể hỏi Đức Chúa Trời một câu hỏi..." trong phần 1, trả lời những câu hỏi đó ở đây.

- Khi kết thúc phần trên, chuyển ngay đến phần kết luận dưới đây.

NGÀY TẬP TRUNG XA
KẾT LUẬN

Chia sẻ phần kết luận dựa trên những ghi chú dưới đây. Những ghi chú này có thể được tải về từ trang
https://vanphamhatgiong.com/vi/kham-pha-tin-lanh/
và dùng nó cho nhóm của bạn.

Chúng ta đã gần kết thúc một ngày, bây giờ tôi xin được một lần nữa cảm ơn bạn vì đã tham dự với chúng tôi. Tôi hi vọng bạn vui vì có cơ hội được suy nghĩ về Tin Lành của Chúa Giê-xu.

Tôi hi vọng bạn biết rằng: để biết và nhận món quà tuyệt vời Ngài ban - bao gồm sự cứu chuộc, sự tha thứ tội lỗi và Đức Thánh Linh, chúng ta phải đến với Ngài với đôi bàn tay trắng. Chúng ta không thể mua hoặc cố gắng để đạt được những điều này, và chúng ta cũng không thể chia sẻ với Ngài những "khao khát về những điều khác" trong buổi đầu tiên ngày hôm nay. Chúa Giê-xu chính là báu vật vô giá trong cõi vũ trụ, và đến cuối cùng, việc biết Ngài là điều quan trọng duy nhất trên cuộc đời này.

Chúng tôi mong chờ gặp lại bạn vào ngày _____. tại _____ cho phần cuối cùng phần 7. Chúng ta sẽ cùng nhau học Mác 8. Theo Chúa Giê-xu có nghĩa là gì.

PHỤ LỤC

NHỮNG CÂU HỎI TỪ PHÚC ÂM MÁC

Mác 1:2–3
Những câu trích dẫn kì lạ ở phần đầu này là gì?

Trước giả Mác kết hợp hai câu Kinh thánh Cựu Ước Ma-la-chi 3:1 và Ê-sai 40:3 với nhau. (Theo lệ thường người Do Thái vẫn kết hợp hai câu Kinh Thánh với nhau, nhưng chỉ đề cập đến một trước giả). Cả hai sách Ma-la-chi và Ê-sai đều được viết vào khoảng 700 năm trước khi Chúa Giê-xu giáng sinh. Những câu Kinh thánh này đều mô tả lời hứa của Đức Chúa Trời về một sứ giả, người về sau sẽ loan báo cho dân sự biết về việc vị Vua cứu thế đến: Ngài được gọi là "Christ" hay "Mê-si-a", Đấng sẽ cứu dân sự của Đức Chúa Trời khỏi sự đoán xét. Lời hứa về sứ giả được ứng nghiệm cách rõ ràng qua Giăng Báp-tít mà Kinh thánh Mác 1:4–8 đã ký thuật cho chúng ta biết. Ngay cả trang phục đặc biệt của Giăng (Mác 1:6) cũng tương tự những tiên tri trong thời Cựu Ước, đặc biệt là tiên tri Ê-li (2 Các Vua 1:8).

Mác 1:13
Các thiên sứ là gì?

Theo nghĩa đen, từ "thiên sứ" cũng có nghĩa là "sứ giả." Họ là những linh thể phục vụ Đức Chúa Trời, đặc biệt họ là sứ giả rao báo những thông điệp của Chúa. Trong Mác 16:5–6 cũng đề ký thuật câu chuyện thiên sứ đã loan truyền một sứ điệp tuyệt vời về sự phục sinh. Người được mô tả trông như một người trẻ tuổi, mặc áo dài trắng. Nhưng không hề đề cập đến bộ cánh.

Mác 1:23–27
Những tà ma và quỉ dữ trong phân đoạn Kinh thánh này là gì?

Kinh thánh cho chúng ta biết có một thế giới thần linh vô hình tồn tại, bao gồm cả thiên thần và quỉ dữ. Theo Kinh thánh, Sa-tan hay còn gọi là ma quỉ là một thiên sứ sa ngã vì tội nổi loạn chống lại Đức Chúa Trời và thù địch với con cái Ngài. Ma quỉ là một phần trong thế giới thần linh sa ngã đó và chúng phục vụ cho Sa-tan. Mặc dù Sa-tan và quỉ sứ của hắn có quyền phép song Kinh thánh Tân Ước cho chúng ta biết Chúa Giê-xu đã chiến thắng Sa-tan bởi sự chết của Chúa trên thập tự giá (xem Cô-lô-se 2:15). **Lưu ý:** Nếu chủ đề này xuất hiện, hãy giải quyết chúng một cách tóm gọn nhưng đừng cho phép nó chi phối hay chiếm nhiều thì giờ trong buổi thảo luận—nhằm tránh một số người bị cuốn hút bởi mặt tối còn lại và muốn nói về nó hằng nhiều giờ. Bên cạnh đó, hãy chắc chắc bạn giải thích cho họ về việc Cơ đốc nhân không có gì phải sợ ma quỉ vì Chúa Giê-xu của chúng ta đã đánh bại nó rồi.

Mác 1:34, 7:36
Vì sao Chúa Giê-xu lại không cho phép người được chữa lành nói với bất kể ai về điều đó?

Chưa từng có ai chữa lành cho dân chúng như Chúa Giê-xu đã làm. Ngài chữa lành tức thì, hoàn toàn và đầy ngoạn mục. Họ không những không "bắt đầu cảm thấy tốt hơn từng chút một" mà là họ được chữa lành hoàn toàn ngay lập tức. Không có gì ngạc nhiên khi Chúa Giê-xu cuốn hút đám đông lớn, những người muốn nhìn xem những phép lạ kỳ diệu Chúa làm nhưng dường như ít ai quan tâm đến sự dạy dỗ của Ngài. Chúa Giê-xu không muốn dân chúng đến với Chúa chỉ để nhìn xem dấu lạ và phép kỳ. Ngài từ chối những người như vậy (Mác 8:11–13). Ngoài ra, Mác 1:45 cho chúng ta biết đó là hệ luỵ từ việc một người phung được sạch đi đồn việc được Chúa chữa lành để rồi đến nỗi Chúa Giê-xu *"không vào các thành rõ ràng được nữa; song Ngài ở ngoài, tại nơi vắng vẻ."*

Mác 2:10
Vì sao Chúa Giê-xu xưng Ngài là Con Người?

Từ "Con Người" trong nguyên ngữ Hê-bơ-rơ đơn giản có nghĩa là "một người". Nhưng "Con Người" lại được biết đến như một danh hiệu được sử dụng trong Cựu Ước để chỉ về Đấng Mê-si-a—vị Vua được Đức Chúa Trời hứa ban. Xem Đa-ni-ên 7:13–14. Vậy nên, những nhà lãnh đạo tôn giáo thời bấy giờ sẽ hiểu rằng khi Chúa Giê-xu sử dụng danh hiệu "Con Người" nghĩa là Ngài đang xưng mình là Đấng Mê-si-a.

Mác 2:16
Pha-ri-si là ai?

Đây là một nhóm người Do Thái kỹ cương không chỉ tuân thủ luật pháp cách nghiêm khắc mà còn đặt ra rất nhiều điều truyền khẩu về những truyền thống và điều lệ. Họ cũng được xem là những người thánh thiện nhất trong vòng dân Y-sơ-ra-ên. Tuy nhiên, Chúa Giê-xu gọi họ là "kẻ giả hình", mà từ này được hiểu theo nghĩa đen là "những diễn viên đóng kịch", bởi vì sự khoe khoang và tự xưng công bình của họ. Họ tỏ vẻ tốt và thánh thiện bên ngoài nhưng bên trong họ lại thiếu tình yêu thật dành cho Đức Chúa Trời. Chúa Giê-xu lên án họ cách mạnh mẽ trong phân đoạn Kinh thánh Mác 7:6–9.

Mác 2:19
Ai là chàng rể?

Chúa Giê-xu chỉ ra rằng, việc các môn đồ kiêng ăn là chuyện hoàn toàn không thích hợp khi họ đang ở cùng Ngài, việc ấy thật không khác gì những vị khách phải chịu cảnh đáng thương tại trong tiệc cưới. Chúa Giê-xu đang nói rằng ngài chính là chàng rể của con dân Chúa. Đây cũng chính là một tuyên bố khác về Đấng Mê-si-a đã được hứa trong Cựu Ước (Ê-sai 54:5; 62:4–5; Ô-sê 2:16–20).

Mác 2:21–22
Câu chuyện về áo mới/ áo cũ, rượu mới/rượu cũ ngụ ý về điều gì?

Trong thời Chúa Giê-xu, lúc bấy giờ người ta thường sử dụng những túi bằng da dê để đựng rượu. Trong khi đó, nước ép nho là loại lên men, nên nó cần được đựng trong một bầu da mới có thể giãn nở được, bởi lẽ bầu da cũ bị cứng lại nên sẽ bị vỡ tung khi nước nho dậy men. Nghĩa là, Chúa Giê-xu chỉ ra rằng chính Chúa và sự dạy dỗ của Ngài không thể tiếp nhận được hay bị chứa trong những hình thức tôn giáo đã cũ.

Mác 2:23
Ngày Sa-bát là gì?

Sa-bát là ngày đặc biệt để nghỉ ngơi mọi công việc mình. Ngày Sa-bát còn là cơ hội và dịp tiện cho dân sự Chúa nhớ và suy ngẫm về sự sáng tạo của Đức Chúa Trời và Chúa đã giải cứu họ khỏi Ai Cập ra sao.

Mác 3:6
Những người phe Hê-rốt là ai?

Họ là những người ủng hộ Hê-rốt An-ti-ba, vua của xứ Giu-đê, vua bị trị dưới quyền của đế quốc La-mã. Và họ thấy Chúa Giê-xu là mối đe doạ đối với vương quyền của vua Hê-rốt.

Mác 3:13–19
Vì sao Chúa Giê-xu chọn mười hai sứ đồ?

Chúa Giê-xu kêu gọi mười hai sứ đồ trên một ngọn núi. Trong thời Cựu Ước, Đức Chúa Trời cũng đã bày tỏ chính Chúa cho dân Ngài trên những núi (như: Sáng Thế Ký 8, Xuất Ê-díp-tô Ký 19 và 1 Các Vua 18). Có mười hai chi phái Y-sơ-ra-ên, tuyển dân của Đức Chúa Trời trong Cựu Ước. Vì vậy, ở đây Chúa Giê-xu bày tỏ rằng Đức Chúa Trời cũng đã kêu gọi một nhóm người mới để theo Ngài.

Mác 3:22
Bị quỉ Bê-ên-xê-bun ám nghĩa là gì?

Bê-ên-xê-bun là một tên gọi khác của ma quỉ. Lưu ý rằng các thầy thông giáo không đặt câu hỏi về Chúa Giê-xu quyền năng hay phép lạ xảy ra ấy thế nào; họ chỉ đơn giản thắc mắc về quyền năng của Chúa do nơi đâu mà có. Họ đưa ra cáo buộc rằng quyền năng đuổi quỉ của Chúa do nơi quỉ mà có. Tuy nhiên, Chúa Giê-xu đã chỉ ra rằng tuyên bố ấy của họ thật ngu dốt (Mác 2:23–27): nếu "chúa quỉ" thật sự có thể đuổi được các quỷ khác thì chẳng khác nào hẳn đang tự chiến đấu với chính mình sao?

Mác 3:29
Tội nói phạm đến Đức Thánh Linh sẽ chẳng được tha là gì?

Những lãnh đạo tôn giáo đã được chứng kiến Chúa Giê-xu thực hiện nhiều dấu kỳ, phép lạ và nghe về sự giảng dạy lạ lùng của Ngài. Bây giờ họ lại tuyên bố công việc của Đức Thánh Linh lại là việc của các quỷ. Do đó, Chúa Giê-xu đã cảnh báo họ đừng làm gì xúc phạm đến Đức Thánh Linh. Theo cách đơn giản, điều đó được hiểu là từ chối nhận cách tha thứ duy nhất Đức Chúa Trời đã ban. Dĩ nhiên, tội này chỉ không được tha thứ đến khi người đó đến xưng nhận tội lỗi mình. Nhiều nhà lãnh đạo tôn giáo đã thay đổi suy nghĩ về Chúa Giê-xu sau đó, và họ cũng nhận được sự tha thứ. (Công Vụ 6:7) Thật cần thiết để chúng ta hiểu rằng: sẽ không có sự tha thứ nếu cuối cùng chúng ta vẫn chối bỏ Chúa Giê-xu, bởi vì khi ấy chúng ta đã chối từ phương cách duy nhất để nhận lãnh sự tha thứ của Đức Chúa Trời.

Mác 4:2
Vì sao Chúa Giê-xu sử dụng những thí dụ để giảng dạy?

Chúa Giê-xu đã trả lời câu hỏi này trong Mác 4:10–12 (Xem thêm Ma-thi-ơ 13:10–17, 34–35). Sự giảng dạy của Chúa có hai tác dụng: như người xưa có câu "Cùng một mặt trời, có thể làm tan chảy sáp, nhưng lại làm đất sét cứng hơn." Tuy nhiên, với những kẻ chối bỏ Ngài, sự giảng dạy của Chúa Giê-xu làm tấm lòng họ cứng cỏi hơn. Bởi lẽ, vì khước từ Chúa nên những lẽ thật thuộc linh trong các ẩn dụ cũng bị che khuất khỏi họ. Mặt khác, với những ai tiếp nhận Chúa Giê-xu, Ngài bày tỏ với họ về điều mầu nhiệm trong sự Ngài giảng dạy. Vì tiếp nhận Ngài, họ tìm thấy những điều giấu kín trong cách ví dụ thật quý giá đã được bày tỏ cho mình, như Lời Chúa trong Mác 4:11 rằng: *"Sự mầu nhiệm của nước Đức Chúa Trời đã tỏ ra cho các ngươi."*

Mác 4:40
Vì sao Chúa Giê-xu phán rằng: Các ngươi không có đức tin sao?"

Mặc cho tất cả các bằng chứng mà họ đã được chứng kiến, các môn đồ vẫn không đặt đức tin vào Chúa Giê-xu. (Lưu ý: "có đức tin" vào ai đó nghĩa là tin cậy vào họ). Các môn đồ tỏ ra kinh hãi hơn là tin vào Chúa cả trước và sau khi Chúa Giê-xu hành động. Thú vị thay, vừa trước khi có phép lạ này, Chúa Giê-xu đã nói về ba thí dụ để chỉ ra rằng Lời của Đức Chúa Trời đầy năng quyền. Và giờ đây Ngài cũng dẹp yên cơn bão chỉ với một lời phán. Vậy nên, các môn đồ đáng ra phải đưa ra được kết luận rõ ràng về điều ấy.

PHỤ LỤC | NHỮNG CÂU HỎI

Mác 6:3
Chúa Giê-xu có anh chị em không?

Họ là những người con ruột của Ma-ri và Giô-sép, được thụ thai theo cách tự nhiên sau khi Chúa Giê-xu ra đời. Tham khảo Mác 3:32. Điều này cũng trả lời cho câu hỏi liệu Ma-ri vẫn đồng trinh sau khi sinh Chúa Giê-xu chăng. Thêm vào đó, Ma-thi-ơ 1:25 cũng chắc chắn ngụ ý rằng Ma-ri và Giô-sép vẫn có mối liên hệ tình dục bình thường sau khi Ma-ri hạ sinh Chúa Giê-xu.

Mác 6:7–11
Vì sao Chúa Giê-xu sai phái mười hai sứ đồ ra đi?

Chúa Giê-xu sai phái mười hai sứ đồ và bảo trước với họ sẽ có những người tiếp nhận và cũng có những kẻ chối bỏ sứ điệp họ rao giảng. Hãy đón nhận những người tiếp đón mình và chối bỏ những ai từ chối lắng nghe hay khước từ họ. Việc phủi bụi khỏi chân mình cũng chỉ về điều mà người Do Thái đã làm sau khi quay trở về Y-sơ-ra-ên từ các nước họ bị lưu đày, mà họ cho là điều "ô uế". Và việc làm điều đó ở một làng người Do Thái thì làng ấy cũng bị kể như làng dân ngoại. Nó là dấu chỉ của sự xét đoán. (Xem thêm Công Vụ 13:51)

Mác 6:14–29
Vì sao những điều ấy lại xảy đến với Giăng Báp-tít?

Việc Mác ký thuật cho chúng ta biết về cái chết của Giăng Báp-tít là điểm rất quan trọng. Điều này cũng trả lời cho câu hỏi được ngụ ý trong Mác 6:1–13 rằng "Tại sao dân chúng không nhìn biết Chúa Giê-xu là ai?" Câu trả lời cho việc họ chối bỏ Chúa Giê-xu bởi vì cũng như vua Hê-rốt, họ sẽ không ăn năn. Nói cách khác, họ sẽ không từ bỏ việc chống đối Đức Chúa Trời.

Mác 7:24–30
Vì sao Chúa Giê-xu gọi người đàn bà này là chó?

Biến cố này cho thấy Chúa Giê-xu cũng cứu dân ngoại cũng như dân Do Thái. Người đàn bà Ca-na-an này là dân ngoại (không phải người Do Thái) ở gần thành Ty-rơ. "Con cái" ở đây chỉ về người Do Thái, còn "chó" là một biểu ngữ không tốt người Do Thái dung để chỉ bất kể người ngoại nào. Vì vậy, khi Chúa Giê-xu phán rằng "Thật không có quyền để lấy những điều thuộc về dân Do Thái để ban cho ngươi là dân ngoại". Thì trong câu 28 bà thưa cùng Ngài rằng "Lạy chúa, hẳn vậy rồi—Tôi biết rằng là một người nữ ngoại bang tôi không có quyền xin Ngài, đấng Mê-si-a của người Do Thái cứu giúp tôi. Nhưng tôi biết rằng Ngài là Đấng có quyền năng lớn lao và đầy dẫy lòng nhân từ đến mức Ngài có đủ để cứu giúp tôi". Bởi lẽ, Chúa Giê-xu rất ấn tượng về đức tin cùng lòng kiên nhẫn nên Ngài đã chấp thuận lời cầu xin của bà".

Mác 8:15
Men của người Pha-ri-si và đảng Hê-rốt là gì?

Men—là thứ người ta cho vào bánh mì để khiến nó dậy bột và hình ảnh ấy đã được Tân Ước sử dụng để chỉ về ảnh hưởng của ai hay điều gì đó. Chỉ cần một lượng men nhỏ cũng đã tạo nên hiệu ứng lớn cho mẻ bột làm bánh. Vì vậy, Chúa Giê-xu đã cảnh cáo các môn đồ hãy giữ mình, đừng để bị tác động bởi những thái độ tội lỗi của người Pha-ri-si và đảng Hê-rốt, đặc biệt là đạo đức giả và tính thế tục của họ.

Mác 8:17–21
Vì sao các môn đồ chưa hiểu lời dạy của Chúa Giê-xu?

Chúa Giê-xu đã hai lần cho hàng ngàn người ăn tại đồng vắng, chữa lành nhiều người, tha thứ tội lỗi, đuổi quỉ và làm lặng yên cơn bão chỉ bằng một lời phán. Vậy thì các môn đồ có gì không ổn? Tại sao họ không thể nhìn biết Chúa Giê-xu là ai? Vì hai câu chuyện theo sau chỉ ra rằng họ cần sự giúp đỡ của Chúa để hiểu lẽ thật mặc dù điều ấy đã rõ ràng rành trước mắt họ rồi. Lẽ thật của Chúa chỉ có thể được mặc khải qua Chúa Thánh Linh. Họ cần một phép lạ để "nhìn thấy" Chúa Giê-xu là ai, cũng như người mù ở Bết-sai-đa cần phép lạ của Chúa (Mác 8:22–25).

Mác 8:22–25
Tại sao sự chữa lành này có hai giai đoạn?

Chúa Giê-xu không phải mất khả năng chữa lành hay thấy khó trong việc chữa lành cho người đàn ông này. Tuy nhiên, Ngài đang thực hiện sự chữa lành như một "hành động thí dụ" để giải thích cho những điều sẽ xảy đến tiếp theo. Khi sứ đồ Phi-e-rơ xưng Chúa Giê-xu là "Đấng Mê-si-a" (Mác 8:29), ông cũng không khác nào người mù được ký thuật trong Mác 8:24 này (vì người ấy chỉ thấy được một phần). Điều này làm rõ cho những câu tiếp theo rằng khi Phi-e-rơ biết Chúa Giê-xu là ai khi tuyên xưng Ngài nhưng ông lại chưa nhận biết vì sao Chúa Giê-xu đã đến. (Mác 8:30–33)

Mác 8:32–33
Tại sao Chúa Giê-xu quở: "Hỡi quỉ Sa-tan, hãy lui ra đằng sau ta!"

Phi-e-rơ đã nhận biết Chúa Giê-xu là Đấng Christ song lại chưa thể hiểu được lý do vì sao Chúa Giê-xu phải chịu khổ và chịu chết như lời Ngài bảo trước. Do đó, Chúa Giê-xu đã nhận thấy ẩn sau những lời Phi-e-rơ nói là sự cám dỗ Chúa Giê-xu từ bỏ kế hoạch của Đức Chúa Trời đã định rằng Đấng Christ phải chịu chết thay trên thập hình. Như vậy, không có nghĩa Chúa Giê-xu ám chỉ Phi-e-rơ là Sa-tan hay Sa-tan đã điều khiển Phi-e-rơ nói, nhưng vì Phi-e-rơ nói ra những điều ma quỉ mong muốn, điều ấy chính là hạ gục

PHỤ LỤC | NHỮNG CÂU HỎI

Chúa Giê-xu, nhất là trong sứ mạng cứu chuộc chúng ta qua sự chết trên thập tự giá và sống lại của Ngài.

Mác 9:1
Chúa Giê-xu có ý gì khi nói rằng có mấy kẻ trong những người đó sẽ không chết trước khi chưa thấy nước Đức Chúa Trời lấy quyền phép mà đến"?

Điều này có lẽ chỉ về sự hoá hình của Chúa Giê-xu đã được ký thuật lại ngay sau đó (Mác 9:2–7), mặc dù nó có thể cũng liên quan đến sự giáng lâm của Đức Thánh Linh trong ngày lễ Ngũ Tuần (Công Vụ 1:8).

Mác 9:4
Ê-li và Môi-se là ai?

Cả hai người này đều đại diện cho Cựu Ước: Môi-se là người ban bố luật pháp còn Ê-li là vị tiên tri vĩ đại nhất trong thời Cựu Ước. Việc họ nói chuyện với Chúa Giê-xu cho thấy Chúa Giê-xu là Đấng mà Cựu Ước đã nhắc đến.

Mác 9:11–13
Chúa có ý gì khi nói "Ê-li phải đến trước"?

Các môn đồ đã thất bại trong việc nhìn biết Giăng Báp-tít là "Ê-li", vị sứ giả đến trước "Chúa", đã được hứa ban trong Ma-la-chi 4:5–6. Ê-li là tiên tri trong thế kỉ thứ 8 TC, ông sống trong đồng vắng, mặc áo lông và thắt lưng da (II Các-vua 1:8). Đây cũng là những gì Kinh thánh đã mô tả về Giăng Báp-tít trong Mác 1:6. Vì vậy, Chúa Giê-xu đã khẳng định rằng Giăng chính là sự ứng nghiệm về lời tiên tri liên quan đến Ê-li.

Mác 9:43–48
Vì sao Chúa Giê-xu lại bảo chúng ta chặt tay mình?

Chúa Giê-xu rõ ràng không có ý bảo một Cơ đốc nhân nên chặt tay, chân hay móc con mắt thể xác của mình mà quăng đi. Vì không phải tội lỗi như thế bị giam lại trong một phần cơ thể của chúng ta. Nhưng Chúa Giê-xu đưa ra quan điểm rằng: "Nếu bất kể điều gì ngăn cản chúng ta bước vào nước Đức Chúa Trời thì tốt hơn hãy đưa ra hành động dứt khoát cắt đứt nó khỏi chúng ta vì dù thế nào đi nữa vẫn hơn kết thúc hết thảy ở địa ngục đời đời". Logic này có nghĩa là: Thà đau khổ tạm thời còn hơn chịu phạt hình mãi mãi.

Mác 10:1–12
Chúa Giê-xu nghĩ gì về ly hôn?

Chúa Giê-xu đã tuyên bố rõ ràng rằng ly hôn là điều luôn chống lại mục đích toàn hảo của Đức Chúa Trời. Trong buổi sáng thế, kế hoạch của Đức Chúa Trời là kết hiệp hai người trong hôn nhân để sống với nhau trọn đời mình (Xem Sáng-thế Ký 2:24). Chúa Giê-xu nói rằng nếu con người tìm cách ly hôn cũng có nghĩa là họ đã tìm một người bạn đời khác thay thế, điều đó chính là phạm tội tà dâm (Mác 10:11–12). Bởi lẽ, ấy là do lòng con người cứng cỏi (Mác 10:5) nên ly hôn mới có thể được cho phép trong thời xưa. Nguy hiểm ở đây bao gồm việc chúng ta cố tình lợi dụng sự nhượng bộ trong câu 5 như cái cớ để chúng ta cố tình phạm tội hoặc chúng ta nghĩ rằng ly hôn chia cắt chúng ta khỏi Đức Chúa Trười mãi mãi. Tuy nhiên, Đấng Christ đã đến để chết thay cho tất cả tội lỗi của chúng ta, bao gồm cả việc thất bại vì ly hôn.

Lưu ý: Hãy cẩn trọng rằng có thể trong nhóm của bạn sẽ có những người có những trải nghiệm thực tế của hôn nhân đổ vỡ. Đối với một số người đây có thể là vấn đề cá nhân quan trọng.

Mác 10:15
"Nhận lấy nước Đức Chúa Trời như một đứa trẻ" có nghĩa gì?

Các môn đồ cần hiểu rằng họ không có gì để dâng cho Chúa nên vì vậy mà họ phải hoàn toàn phụ thuộc vào Ngài như một đứa trẻ nhỏ phụ thuộc hoàn toàn vào ba mẹ mình. Song ở đây, Chúa Giê-xu không ngụ rằng trẻ em là vô tội hay thuần khiết dù đó là những đặc điểm tiêu biểu của hầu hết trẻ em.

Mác 10:38
Chúa Giê-xu có ý gì khi nói "Các ngươi có uống được chén ta uống chăng?"

Trong thời Cựu Ước, nhìn chung "chén" chỉ về sự chịu khổ. Nó cũng nhắc đến chén thạnh nộ của Đức Chúa Trời (Xem Giê-rê-mi 25:15–16). Trong Mác 10:38, Chúa Giê-xu cho thấy rằng các môn đồ không biết họ đang nói về điều gì. Không giống Chúa Giê-xu, các môn đồ có những tội lỗi riêng cần giải quyết, vì vậy họ không thể thay cho người khác để gánh lấy cơn thạnh nộ của Đức Chúa Trời; bởi lẽ người thay thế phải vô tội. Tuy nhiên, trong 10:39, Chúa Giê-xu nói thêm rằng họ cũng sẽ uống chén Chúa chịu.

Mác 11:12–14, 20–21
Vì sao Chúa Giê-xu quở trách cây vả?

Điều này dường như có vẻ lạ vì đó là phép lạ huỷ diệt duy nhất của Chúa Giê-xu. Mác đã xen kẽ sự kiện Chúa Giê-xu quở cây vả với các sự kiện trong đền thờ (Mác 11:15–19, 27–33). Cũng như cách Chúa Giê-xu quở cây vả và khô vì không sanh trái thì Chúa Giê-xu cũng lên án sự "không kết quả" của tôn giáo Y-sơ-ra-ên (như việc thiếu sự thờ phượng thật hay thất bại trong việc nhìn biết Chúa Giê-xu là Đấng Mê-si-a, ...)

Mác 12:1–12
Câu chuyện về người làm nho có nghĩa gì?

Ví dụ này tương tự với Ê-sai 5, phân đoạn Kinh thánh nói về việc dân Y-sơ-ra-ên bị quở trách nặng nề vì chối bỏ Đức Chúa Trời và được bảo trước về sự đoán xét công bình hầu đến của Đức Chúa Trời. Những người nghe Chúa nói ví dụ hiểu rằng "người" chủ vườn nho chỉ về Đức Chúa Trời, bọn trồng nho thuê cho chủ ngụ ý về những nhà lãnh đạo tôn giáo và người Y-sơ-ra-ên; còn con trai (người bị những kẻ trồng nho thuê giết hại) là Chúa Giê-xu.

Mác 12:10
Đá góc nhà là gì?

Đây chính là hòn đá quan trọng nhất; cũng là đá nền tảng. Điều này có nghĩa là mặc dù những nhà lãnh đạo dân Y-sơ-ra-ên khước từ Chúa Giê-xu, song Ngài vẫn là Đấng Mê-si-a và sẽ trở thành Đấng Cứu Rỗi qua sự chết của Ngài trên thập tự giá.

Mác 12:18–27
Điểm lạ của câu chuyện "một cô dâu và bảy người anh em trai" là gì?

Trong thời Chúa Giê-xu, có hai nhóm tôn giáo lớn, những người không đồng ý về những gì sẽ xảy đến sau khi họ qua đời. Những người Pha-ri-si tin rằng có sự sống lại sau khi chết còn phái Sa-đu-sê lại cho rằng chết là hết, không tin vào sự sống lại. Vì vậy mà người Sa-đu-sê đã đưa ra câu hỏi này để cố gắng chỉ ra rằng việc người chết được sống lại là điều hết sức vô lý và lố bịch. Trong câu trả lời của mình, Chúa Giê-xu đã làm rõ hai điều. Đầu tiên, Chúa khẳng định quả thật có sự sống sau khi chết dành cho con dân Chúa. Ngài nhắc những người Sa-đu-sê trong Cựu Ước, Đức Chúa Trời xưng mình là "Đức Chúa Trời của Áp-ra-ham, Đức Chúa Trời của Y-sác, Đức Chúa Trời của Gia-cốp". Bởi vì Đức Chúa Trời là Chúa của kẻ sống chứ không phải kẻ chết. Vậy nên, Áp-ra-ham, Y-sác và Gia-cốp hiện vẫn sống. Thứ hai, Chúa Giê-xu tuyên bố rõ ràng rằng chúng ta không nên nghĩ rằng sự sống lại cũng giống hệt với sự sống đời này ngoại trừ việc cất khỏi những điều xấu xa đi. Song thật sẽ có những sự khác biệt đáng kể. Một khác biệt đó chính là con người sẽ không cưới gả nữa, bởi lẽ hôn nhân chỉ là sự thiết lập tạm thời và nhằm phản ánh cũng như khải thị về hôn nhân của Đức Chúa Trời với con dân Ngài—nghĩa là hôn nhân toàn hảo mà trong đó con dân Chúa sẽ được vui hưởng trong thân thể mới mà Đức Chúa Trời đã chuẩn bị sẵn cho sau khi kết thúc cõi đời tạm này. Đây là lý do vì sao Chúa Giê-xu được miêu tả như chàng rể còn Hội Thánh của Ngài là cô dâu (Xem Mác 2:19–20, Khải-huyền 19:7–9)

Mác 13:14
"Điều gớm ghiếc gây nên cảnh hoang tàn" là gì?

Một phân đoạn Kinh thánh trong sách phúc âm khác có thể giúp chúng ta hiểu điều này. Các từ trong Lu-ca 21:20 "quân lính (quân thù) vây thành Giê-ru-sa-lem" thay thế cho cụm từ trên. Nó chỉ về sự kiện năm 65 SC khi quân La-mã bao vây thành Giê-ru-sa-lem sau một cuộc khởi nghĩa chính trị. Sau cuộc chiến năm năm kinh hoàng, quân La-mã đã chiếm thành Giê-ru-sa-lem, nhạo báng đền thờ, sau đó tiến hành đập và huỷ phá thành. Điều đó đã ứng nghiệm những lời Chúa Giê-xu đã bảo trước trong Mác 13.

Mác 13:32
Vì sao Chúa Giê-xu không biết ngày chính Ngài trở lại?

Một số người cho rằng Chúa Giê-xu có thể không phải là Đấng Toàn Hảo hay Ngài là Đức Chúa Trời nếu Chúa không biết về sự thật quan trọng này. Tuy nhiên vì Đức Chúa Con vào đời như một người, nghĩa là Ngài đã "tự bỏ mình đi" (Phi-líp 2:7). Chẳng hạn như, khi còn bé, Chúa Giê-xu đã lớn lên cách khôn ngoan như mọi đứa trẻ khác. Ngài không được sinh ra với sự hiểu biết trọn vẹn. Mác 13:32 là một trong những chi tiết nhỏ thật sự chỉ ra tính trung thực của lịch sử Thánh Kinh. Nếu ai đó cố tình dựng một câu chuyện về Chúa Giê-xu là Con Đức Chúa Trời, thì câu này dường như là một chi tiết rất phản tác dụng trừ khi đó thật sự là những gì Chúa Giê-xu đã nói.

Mác 14:12
Ngày "Lễ ăn bánh không men" và "Chiên Con lễ vượt qua" là gì?

Đức Chúa Trời đã truyền lệnh cho dân Y-sơ-ra-ên giữ lễ Vượt qua hằng năm và bánh không men để nhắc họ nhớ Ngài đã giải cứu họ khỏi ách nô lệ của Ai-cập thế nào (Xuất Ê-díp-tô Ký 12:14–20). Dân Y-sơ-ra-ên có thể chỉ được cứu khỏi tai vạ thứ 10 giết hại mọi con đầu lòng mà Chúa đã giáng trên dân Ê-díp-tô khi họ giết một chiên con, ăn thịt chiên quay với rau đắng và bánh không men, cùng lấy huyết bôi lên các thanh khung cửa. Nhà nào có huyết trên cửa, đó là dấu hiệu khi Chúa thấy sẽ "vượt qua" không giết hại con con đầu lòng trong nhà (Xuất Ê-díp-tô Ký 12:1–13). Bữa ăn được ký thuật trong Mác 14:12–26 diễn ra trong thời điểm Lễ Vượt qua. Sự chết của Chúa Giê-xu chính là phương cách thật sự giải cứu con người khỏi sự phán xét của Đức Chúa Trời. Vậy nên, đó mới chính là lễ Vượt qua thật. Đây cũng là lý do vì sao đôi khi Chúa Giê-xu được nhắc đến là Chiên Con của Đức Chúa Trời.

Mác 14:24
"Huyết của giao ước" nghĩa là gì?

Lễ Vượt qua tưởng niệm sự giải cứu dân sự khỏi Ai-cập và khỏi cơn thạnh nộ của Đức Chúa Trời bởi sự đổ huyết ((Xuất Ê-díp-tô Ký 12:23). Sự giải cứu ấy được thực hiện theo một giao ước (một sự thoả thuận được thi hành bởi Đức Chúa Trời trên dân sự Ngài) đã được đóng ấn bởi một sự hy sinh đổ huyết (Xuất Ê-díp-tô Ký 24:6). Điều này là hình bóng về sự hy sinh của chính Chúa Giê-xu. Ngài đã đổ huyết và chịu chết để khiến cơn thạnh nộ của Đức Chúa Trời xoay khỏi chúng ta và để mở ra một giao ước mới.

Mác 15:33
Bóng tối này có phải nhật thực không?

Không thể nào. Chúa Giê-xu bị đóng đinh trong thời điểm lễ Vượt qua của người Do Thái, tức là vào lúc trăng tròn. Vào lúc trăng tròn, việc nhật thực xảy ra là chuyện bất khả thi. Vậy nên, về mặt vật lý không có một lời giải thích thoả đáng cho hiện tượng bóng tối này, ngoài việc đó chính là một hiện tượng siêu nhiên đã xảy ra tại thời điểm hành động đen tối ấy của con người—giết chết Con Trời.

Mác 16:9–20
Tại sao chúng ta ngừng đọc sách Mác tại Mác 16:8?

Hầu hết các nhà học giả đều đồng ý rằng Phúc âm Mác kết thúc ở 16:8, với phản hồi trốn đi vì hoảng hốt của những người phụ nữ về sự phục sinh của Chúa Giê-xu. Đoạn kết này gợi lên trong độc giả một câu hỏi rằng BẠN sẽ đáp ứng thế nào với cuộc đời, sự chết và sự sống lại của Chúa Giê-xu? Các câu 9–20 trong sách Mác chương 16 có vẻ như là nỗ lực của những trước giả sau này để thêm một kết thúc hoàn chỉnh về sự phục sinh cho sách Mác. Tuy nhiên, như chú thích của bản Kinh thánh NIV cho chúng ta thấy rõ rằng trong những nguyên bản cổ xưa nhất không có phần này. Cả văn phong và từ vựng trong phân đoạn này cũng khác với những phần còn lại của sách Mác. Điều này không có nghĩa là Mác 16:9–20 không xác thực, nhiều chi tiết trong đó cũng xuất hiện trong các sách Phúc âm khác. Song điều này chỉ có nghĩa là những câu trên có thể không có trong nguyên bản của sách Mác.

CÂU HỎI VỀ NIỀM TIN CƠ ĐỐC

Làm thế nào bạn biết Chúa tồn tại?

Nhiều lập luận về triết học và khoa học trong nhiều năm cho thấy rằng tin vào Chúa là điều hợp lý và có cơ sở. Nhưng cuối cùng, ngay cả những lập luận tốt nhất trong số này cũng chỉ dẫn đến niềm tin chung vào một Đức Chúa Trời mà không nói cách cụ thể chính xác về Đức Chúa Trời của Kinh thánh. Việc nói về Chúa Giê-xu và tuyên bố của Ngài rằng Ngài chính là Đức Chúa Trời hữu ích hơn.

Chúng ta có thể biết Chúa tồn tại bởi vì Ngài đã trở nên một con người, là Giê-xu Christ. Đây là yếu tố cốt lõi cho câu trả lời về Chúa Giê-xu khi Phi-líp đưa ra câu hỏi như đã chép trong Giăng 14:8–9. Việc tìm và đọc phân đoạn này rất hữu ích để hiểu rõ thêm vấn đề này nếu như có nghi vấn.

Giê-xu là một con người thật, sống ở Palestine cách đây 2000 năm- bằng chứng lịch sử cho thấy điều này (xem ở câu hỏi tiếp theo).

Giê-xu đã tuyên bố Ngài là Đức Chúa Trời (Giăng 5:18, 20:28–29) và công việc của Ngài đã chứng tỏ cho tuyên bố này. Chúng ta có thể xem lại tuyên bố của Chúa trong sách Mác và sách *Khám phá Tin Lành*.

Tại sao chúng ta nên tin những điều Kinh thánh nói?

Đừng cố phòng biện hộ bằng nhiều phân đoạn khác nhau trong Kinh thánh. Thay vào đó, hãy bắt đầu với sự đáng tin cậy của Phúc Âm. Xem trong "Chúng ta có thể tin vào Phúc âm Mác không?" trong cuốn Cẩm Nang cho Người Hướng Dẫn trang 145. Nếu chúng ta có thể tin vào Phúc Âm, và những gì Chúa Giê-xu nói trong các sách Phúc Âm về sự đáng tin của Kinh thánh, thì việc tin tưởng toàn bộ Kinh thánh là điều hợp lý.

Bằng chứng lịch sử trong Tân Ước được các sử gia không tin Chúa xác thực tại rất nhiều điểm ghi chép, ví dụ: Tacitus và Josephus—và cũng bằng bằng chứng khảo cổ học.

Các tài liệu Tân Ước được viết ngay sau các sự kiện mà họ mô tả.

Tài liệu Tân Ước rất bao quát, được viết từ mười tác giả và tám người trong số đó viết một cách độc lập với nhau.

Các tài liệu này có tính chất lịch sử cũng như tính chất thần học. Chúng chứa nhiều chi tiết có thể kiểm chứng được bởi thời gian và văn hóa khi chúng được viết.

Nguyên văn lời phê bình cho thấy rằng bản văn của các tài liệu này đã đến với chúng ta một cách nguyên vẹn từ thời đại mà chúng được viết.

Các tác giả là những người đã chịu đau đớn trả giá và thậm chí chết cho những gì họ tin, và họ cũng là những người có địa vị, phẩm hạnh rất cao trong xã hội thời bấy giờ. Họ tin vào việc nói sự thật. Một điều rất khó có khả năng đó là họ sẽ tô vẽ tạo nên những câu chuyện này, hoặc thậm chí là tưởng tượng ra nó.

Các sách Phúc Âm không hề ca ngợi những môn đồ đã giúp đỡ các trước giả để viết chúng. Chẳng hạn, Phi-e-rơ đã giúp Mác viết sách Phúc Âm của ông ấy—nhưng Phi-e-rơ được kí thuật là một người hèn nhát (Mác 14:66–72). Phi-e-rơ là lãnh đạo của hội thánh đầu tiên, tại sao phúc âm lại đề cập đến một chi tiết như vậy về ông? Hiển nhiên, trừ khi đó là sự thật.

Các sách Phúc Âm quá chi tiết để trở thành truyền thuyết hay điều không thật. Phúc Âm đã được ghi chép đầy đủ bao gồm cả các chi tiết nhỏ, dường như không để phục vụ mục đích nào, nếu như không được giải thích một cách đơn giản là người viết trực tiếp chứng kiến sự việc. Tiểu thuyết hiện đại đôi khi có mức độ chi tiết này, nhưng chúng đã không tồn tại cho đến khoảng cách đây 300 năm; nó chưa từng nằm trong một tài liệu cổ xưa. Tác giả C. S. Lewis (từng là Giáo sư Văn học

Anh tại cả Oxford và Cambridge) cho biết, "Tôi đã đọc những bài thơ, chuyện tình lãng mạn, văn học viễn tưởng, truyền thuyết và thần thoại trong suốt cuộc đời tôi. Tôi biết họ là người như thế nào. Tôi biết không ai trong số họ giống như vậy".

Có phải tất cả những người tốt đều lên thiên đàng?

Tốt là gì? Như thế nào là đủ tốt?

Một số người trong chúng ta tốt hơn những người khác, nhưng không ai đáp ứng được các tiêu chuẩn của Đức Chúa Trời (xem Rô-ma 3:23).

Chúng ta đều không tốt, bởi vì tấm lòng của chúng ta chứa đầy tội lỗi (Mác 7:21–22)

Những người nghĩ rằng họ đủ tốt cho thiên đàng không nhận ra rằng họ đã phá vỡ những gì Chúa Giê-xu gọi là mệnh lệnh đầu tiên và quan trọng nhất trong tất cả các mệnh lệnh của Chúa: "Ngươi phải hết lòng, hết linh hồn, hết trí khôn, hết sức mà kính mến Chúa là Đức Chúa Trời ngươi" (Mác 12:28–30). Ngoài ra, chúng ta được dạy dỗ rằng hãy yêu những người khác nhiều hơn (xem câu chuyện người giàu gặp Chúa trong Mác 10:17–22). Chúng ta có thể là người tốt bụng với người khác, nhưng chúng ta không thể đủ tốt để lên thiên đàng nếu chúng ta phá vỡ mệnh lệnh quan trọng nhất của Chúa.

Trên thực tế, điều ngược lại là đúng. Người tốt đi xuống địa ngục; người xấu được lên thiên đàng. Những người nghĩ rằng họ tốt, và dựa vào điều đó mà không sống đúng theo tiêu chuẩn của Chúa, sẽ bị hư mất. Chỉ những người biết rằng mình không đủ tốt mới có thể nhận được sự tha thứ và sự sống đời đời từ Chúa.

Tại sao một Đức Chúa Trời tốt lành vẫn hình phạt con người xuống địa ngục?

Đức Chúa Trời hoàn toàn thánh khiết và tốt lành. Bản tính của Ngài quyết định mọi điều đúng và sai trong vũ trụ.

Chúa đoán xét tất cả mọi người. Chúa sẽ không phải là một Đức Chúa Trời công bình nếu Ngài bỏ qua những hành động sai trái hoặc xấu xa, gian ác. Nhưng Chúa cũng xét đoán một cách công bằng và đầy tốt lành.

Chúng ta biết rằng hình phạt phải phù hợp với tội lỗi đã phạm. Một người giết người thì đáng bị trừng phạt nặng hơn một người vượt đèn đỏ. Có thể lý do khiến chúng ta nghĩ rằng địa ngục là không công bằng là bởi vì chúng ta không nhận ra tội lỗi của mình nghiêm trọng như thế nào.

Chúa Giê-xu là người đầy dẫy tình yêu thương hơn hết tất cả những con người từng sống, nhưng chính Người cũng là người dạy nhiều nhất về tính chính xác của địa ngục. Ngài làm như vậy bởi vì Ngài biết địa ngục có thật, và Ngài không muốn chúng ta phải gánh chịu hậu quả không thể tránh khỏi bởi sự chống lại Đức Chúa Trời của chúng ta.

Đức Chúa Trời đã phán xét Con của Người, Chúa Giê-xu, trên thập tự giá. Kết quả là Chúa Giê-xu đã chiến thắng địa ngục và sự chết, Ngài sống lại, vì vậy chúng ta không cần phải chết bởi tội lỗi của chính mình. Khi Chúa Giê-xu chết trên thập tự giá, Ngài đã chết thay cho chúng ta. Đối với những người quay về cùng Ngài, Chúa Giê-xu đã nhận thay hình phạt mà chúng ta đáng phải nhận, vì vậy chúng ta được biết Chúa và tận hưởng niềm vui trong Ngài mãi mãi.

Nếu chúng ta hiểu Chúa thánh khiết như thế nào, chúng ta sẽ đặt một câu hỏi ngược lại: Làm thế nào mà Chúa có thể cho phép bất cứ ai được lên thiên đàng?

Nếu Chúa là Đấng tha thứ tất cả mọi điều, điều đó có nghĩa là tôi có thể làm bất cứ điều gì tôi thích?

Đức Chúa Trời tha thứ cho chúng ta để chúng ta có thể biết Ngài và tận hưởng sự vui sống trong ân điển Ngài. Tại sao chúng ta lại muốn làm những gì chúng ta thích, nếu làm như vậy, điều đó có khiến chúng ta không thể tận hưởng cách trọn vẹn trong Ngài, và khiến chúng ta gặp nguy hiểm hoặc bị đoán xét không?

Làm thế nào chúng ta có thể chắc chắn rằng có sự sống sau khi chết?

Kinh thánh dạy rằng mọi người sẽ được sống lại sau khi chết để đối mặt với sự phán xét (Hê-bơ-rơ 9:27). Đối với những người biết và yêu mến Đấng Christ, sẽ không có gì phải sợ, bởi vì Đấng được chỉ định làm Thẩm phán (Công vụ 17:31) cũng chính là Đấng đã phó mạng sống mình vì họ.

Để biết chính xác về cuộc sống sau cái chết bạn sẽ tin điều ai nói? Là người đã chết và sống lại. Nếu Chúa Giê-xu đã sống lại từ cõi chết, thì những người tin vào Ngài cũng sẽ được giải thoát khỏi sự chết. (Xem Giăng 11:25. Ngoài ra, xem thêm Mác 12:24–27 và ghi chú về đoạn văn đó trong "Những câu hỏi từ Phúc âm Mác, trang 133.)

Còn các tôn giáo khác thì sao?

Sự chân thành thì không phải là sự thật. Con người có thể sai lầm cho dù rất chân thành.

Nếu các tôn giáo khác nhau mâu thuẫn với nhau (tại một số điểm chính), thì tất cả các tôn giáo đó không thể đều đúng.

Câu hỏi thực sự là: Đức Chúa Trời đã bày tỏ chính Ngài chưa, nếu rồi thì như thế nào? Chúa Giê-xu tự xưng Ngài là sự bày tỏ độc nhất của Đức Chúa Trời. Ngài tuyên bố Ngài chính là Đức Chúa Trời trong hình hài con người xác thịt. Tuyên bố của Ngài có căn cứ hay không? Nếu Chúa Giê-xu là Đức Chúa Trời, thì theo tính hợp lý, các tôn giáo khác phải sai.

Chúa Giê-xu tuyên bố rằng Ngài là con đường duy nhất (Giăng 14:6).

Các tôn giáo có thể làm nhiều việc tốt: đem đến sự thoải mái, giúp đỡ, gắn kết xã hội, v.v. Nhưng tất cả trong số đó—ngoài đạo Cơ đốc—đều dạy rằng chúng ta phải LÀM gì đó để có được vị trí trên thiên đàng.

Ngược lại, Chúa Giê-xu tuyên bố rằng chúng ta không bao giờ có thể lên thiên đàng được bằng cách làm những việc tốt. Chúa tuyên bố rằng cách duy nhất chúng ta có thể biết và tận hưởng Đức Chúa Trời mãi mãi là nếu chúng ta tin vào những gì NGÀI (CHÚA GIÊ-XU) đã làm thay cho chúng ta trên thập tự giá, chứ không phải trong những gì chúng ta đã làm.

Còn những người chưa bao giờ nghe về Chúa Giê-xu thì sao?

Chúng ta có thể tin rằng Chúa là Đấng công bình; Ngài sẽ đánh giá con người theo sự đáp ứng của họ với những gì họ biết.

Mọi người đều mặt khải, ít nhất là từ thế giới được Đức Chúa Trời tạo dựng nên (xem Rô-ma 1:18–19).

Những người được bày tỏ cho nhiều hơn thì sẽ phải có trách nhiệm hơn (Ma-thi-ơ 11:20–24).

Bạn đã được nghe nói, vì vậy bạn phải làm điều gì đó—và cũng giúp những người khác đến với Chúa, Ngài sẽ đối xử công bình với họ.

PHỤ LỤC | NHỮNG CÂU HỎI

Có phải đức tin chỉ là một liều thuốc tâm lý?

Có một sự thật là đức tin vào Chúa Cứu Thế đem đến sự nương cậy tâm lý vững chắc! Đức tin mang lại hy vọng, ý nghĩa và niềm vui, ngay cả khi đối mặt với đau khổ và cái chết. Đó là một trong những niềm vui lớn nhất trong cuộc đời khi biết chắc chắn rằng bạn được biến đến, quan tâm và được yêu cách vô điều kiện bởi chính Đấng Sáng Tạo vũ trụ.

Nhưng điều đó không có nghĩa là đức tin vào Chúa Cứu Thế chỉ là tư duy mơ ước viễn vông hay một số câu chuyện tưởng tượng ra để làm cho chúng ta cảm thấy tốt hơn khi đối mặt với những khó khăn trong cuộc sống.

Trái lại, đức tin Cơ đốc giáo được hình thành dựa trên các sự kiện lịch sử: sự sống, sự chết và sự phục sinh từ mộ phần của Chúa Giê-xu. Tính chân thật của những sự kiện này—và do đó cũng chính là tính chân thật của Cơ đốc giáo—không phải là tùy thuộc vào việc chúng ta có cần hay không mà niềm tin Cơ đốc giáo trở nên đúng, nhưng điều đó đã xảy ra và được xác chứng.

Tại sao Đức Chúa Trời lại cho phép có sự đau khổ?

Phần nhiều sự đau khổ là kết quả trực tiếp từ tội lỗi của chính chúng ta (ví dụ: gây ra bởi say rượu, tham lam, ham muốn, v.v.).

Nhưng một số sự đau khổ khác thì không (xem Giăng 9:1–3).

Tất cả những đau khổ là kết quả của bản chất sa ngã thế giới chúng ta đang sống (xem Rô-ma 8:18–25).

Đức Chúa Trời dùng sự đau khổ để kỷ luật và củng cố con cái Ngài (xem Hê-bơ-rơ 12:7–11; Rô-ma 5:3–5).

Chúa cũng dùng sự đau khổ để đánh thức mọi người để họ hiểu rằng có một sự phán xét đến thế giới đầy đau đớn của chúng ta (Lu-ca 13:1–5).

Không giống như nhiều vị thần khác, Chúa trong Kinh thánh biết rất rõ nỗi đau là như thế nào. Đức Chúa Con đã phải chịu sự cô đơn, đau buồn, cám dỗ, xa lánh của những người thân yêu, nhạo báng, cô lập, mất người thân, đói khát, không nơi ở, thống khổ về tinh thần và những nỗi đau đớn thể xác tồi tệ nhất mà con người có thể làm với Ngài. Kết quả là, Ngài hiểu và đồng cảm với nỗi đau sâu sắc nhất của chúng ta (Hê-bơ-rơ 4:15). Chúa không tách rời khỏi nó, hay không quan tâm đến nó.

Nhưng Đức Chúa Trời của Kinh thánh không chỉ thể hiện sự cảm thông đơn thuần; Ngài đã dứt khoát làm điều gì đó để chấm dứt mọi đau khổ của nhân loại. Chúa Giê-xu đã chịu đau đớn và chết trên thập tự giá để những người biết và yêu mến Ngài một ngày nào đó có thể được tận hưởng một sự sáng tạo mới, là nơi sẽ không có thống khổ hay đau đớn dưới bất kỳ hình thức nào.

Mặc dù chúng ta không biết hết tất cả các lý do tại sao Đức Chúa Trời cho phép đau khổ xảy ra trong các trường hợp, nhưng có vẻ hợp lý khi cho rằng, vì sự không biết của chúng ta mà không có nghĩa rằng đau khổ là vô nghĩa. Vào thời điểm Chúa Giê-xu chịu đau đớn và chết, các môn đệ cảm thấy rằng cái chết của Ngài là một tội ác khủng khiếp, một bi kịch vô nghĩa. Tuy nhiên, nếu tuyên bố trong Kinh thánh là đúng thì sự đau đớn và sự chết của Chúa Giê-xu là phương tiện mà qua đó hàng triệu cuộc đời đã được cứu.

Có phải khoa học đã bác bỏ Cơ đốc giáo?

Bắt đầu trả lời bằng việc đặt câu hỏi ngược lại, câu hỏi đó có nghĩa gì. Chúng có thể có một số điểm cụ thể cần giải quyết—và điều đó sẽ cần một số nghiên cứu. Trong các phiên hội nghị, tốt nhất là tránh các cuộc thảo luận chuyên môn về tiến hóa, xác định niên đại bằng carbon, v.v. vì bạn có thể tốn rất nhiều thời gian hoặc khiến các thành viên khác trong nhóm buồn chán hoặc bỏ đi.

Hầu hết mọi người nghĩ: Có phải lý thuyết về sự tiến hóa (vĩ mô) đã thay thế sự sáng tạo của Đức Chúa Trời, và vì thế Cơ đốc giáo bị bác bỏ hay không? Mọi người thường không nói về khảo cổ học, là một lĩnh vực chứng minh cho toàn bộ những điều trong Kinh thánh là đúng.

Hỏi những kết luận họ rút ra từ sự tiến hóa. Ngay cả khi họ tin rằng sự tiến hoá giải thích được tất cả thắc mắc về làm thế nào sự sống trên trái đất lại đa dạng như vậy, tuy nhiên, nó không thể trả lời được làm thế nào mà sự sống có thể khởi đầu. Làm thế nào mà một cái gì đó đến từ không có gì—thực sự không có gì, thậm chí không có không gian trống. Điều đó cũng không trả lời được câu hỏi TẠI SAO những điều này tồn tại: mục đích của cuộc sống là gì? Chúng ta nên sống để làm gì?

Điều khiển cuộc trò chuyện hướng tới việc nói về sự tồn tại của Chúa (xem ở trên) và hướng về Chúa Giê-xu. Nếu Chúa Giê-xu là Đức Chúa Trời thì cuộc tranh luận về sự sáng tạo/sự tiến hóa sẽ được nhìn theo một quan điểm hoàn toàn khác.

Nếu Chúa Giê-xu là con Đức Chúa Trời, vậy thì như thế nào mà Ngài cũng là Đức Chúa Trời?

Chúa Giê-xu bày tỏ mình là Con của Đức Chúa Trời—một thuật ngữ có nghĩa rằng Ngài là Vua của những người thuộc về Đức Chúa Trời, nhưng điều đó cũng còn có ý nghĩa hơn thế nữa.

Những việc làm của Chúa Giê-xu được chép lại trong Tân Ước giống cách mà Đức Chúa Trời đã làm trong thời Cựu Ước. Ngài nói như Đức Chúa Trời nói, và làm những việc mà chỉ có Chúa mới làm được (làm cho người chết sống lại, tha thứ tội lỗi, điều khiển thiên nhiên, v.v.). Những lời nói và hành động của Ngài cho thấy Ngài đang tuyên bố Ngài chính là Đức Chúa Trời.

Cơ đốc nhân không tin rằng có nhiều vị thần và Chúa Giê-xu chỉ là một trong số các vị thần đó. Kinh thánh dạy rằng Đức Chúa Trời là một Chúa Ba Ngôi: một Đức Chúa Trời trong ba thân vị. Ba thân vị đó là Đức Chúa Cha, Đức Chúa Con và Đức Thánh Linh, tất cả đều là Đức Chúa Trời. Để biết một ví dụ về Kinh thánh đã dạy, hãy xem mô tả về phép báp têm của Chúa Giê-xu trong Mác 1:10-11 để thấy rõ sự hiệp nhất ba ngôi của Đức Chúa Trời.

Điều này rất phức tạp và khó hiểu thấu đầy đủ—nhưng sẽ thật kỳ lạ nếu bản chất vĩ đại và quyền năng của Đức Chúa Trời là một điều dễ dàng cho con người hữu hạn có thể hiểu được?

Tại sao Chúa ghét tình dục?

Sẽ thật kỳ lạ nếu Đấng sáng tạo ra tình dục lại ghét nó! Ngài tạo ra tình dục một cách đẹp đẽ, thú vị và đầy quyền năng.

Đấng Tạo Hóa của chúng ta biết rõ nhất điều gì đem đến niềm vui và sức khỏe cho chúng ta. Ngài đã tạo ra tình dục để một người chồng và một người vợ tận hưởng trong sự bảo vệ lẫn nhau của hôn nhân (xem những lời nói của Chúa Giê-xu trong Ma-thi-ơ 19:4-5). Tình dục kết hợp con người với nhau theo cách nhiều hơn là chỉ về mặt thể xác.

Hôn nhân là một sự thiết lập tạm thời mà ở đó cho thấy trước và phản chiếu một cuộc hôn nhân vĩ đại hơn: cuộc hôn nhân của Đức Chúa Trời và con dân của Ngài, mà những người thuộc về Chúa sẽ được vui hưởng trong sự sáng tạo mới. Đây là lý do tại sao Chúa Giê-xu được mô tả là chú rể và con dân Ngài được miêu tả là cô dâu của Ngài (xem Mác 2:19-20; Khải Huyền 19:7-9).

Nhưng những người, vì bất cứ lý do gì, vẫn độc thân trong suốt cả cuộc đời sẽ không bỏ lỡ bất cứ điều gì nếu họ đặt niềm hy vọng của mình nơi Chúa Cứu Thế. Ngay cả cuộc hôn nhân tốt nhất ở trần gian cũng sẽ không đáng kể gì với trải nghiệm được biết và được yêu cách đầy trọn ở nơi trời mới đất mới (Khải Huyền 19:7-9).

Cơ đốc nhân là những người đạo đức giả—vậy làm thế nào đạo Tin Lành có thể là điều đúng?

Sự thất bại của nhiều Cơ đốc nhân trong việc sống theo niềm tin mà họ đã tuyên xưng không làm mất đi sự đúng đắn và hợp lý của việc Chúa Giê-xu chính là Đức Chúa Trời.

Kinh thánh nói rằng chỉ một mình Chúa Giê-xu là hoàn hảo, và không có gì sai nếu nói về những thất bại và yếu đuối của những người theo Chúa. Các môn đệ của Chúa trong sách Mác cũng liên tục mắc lỗi.

Chúa Giê-xu dạy rằng sẽ luôn có những giáo sư giả và những kẻ giả mạo (Mác 13:21-22), là những người giả vờ rằng họ là Cơ đốc nhân nhưng thật ra họ không phải. Điều này cũng đúng trong hiện nay.

Mọi người đều là người đạo đức giả ở một mức độ nào đó. Có bao nhiêu người trong chúng ta thực hành đầy đủ và hoàn hảo những gì chúng ta nói trước mọi người? Nhưng Chúa Giê-xu kêu gọi những người theo Ngài thay đổi và ngày càng giống Ngài hơn.

CHÚNG TA CÓ THỂ TIN VÀO PHÚC ÂM MÁC KHÔNG?

- *Tài liệu này là bản sao của các ghi chú được tìm thấy ở trang 71 của Cẩm Nang Học Viên.*

Ai? Khi nào? Tại sao?

Mác là bạn thân và người đồng hành gần gũi với Phi-e-rơ, một trong các môn đồ của Chúa Giê-xu. Phi-e-rơ là một "sứ đồ" (người được kêu gọi đặc biệt để làm chứng về cuộc đời, cái chết và sự phục sinh của Chúa Jêsus). Phi-e-rơ đã viết hai thư tín cho các hội thánh Cơ Đốc trong thế kỷ đầu tiên. Một trong các thư tín đó có chép rằng, "Nhưng tôi sẽ cố gắng để sau khi tôi ra đi, anh em vẫn luôn nhớ lại những điều nầy" (II Phi-e-rơ 1:15). Ông ấy muốn nói đến những điều mình đã chứng kiến và biết được về Chúa Giê-xu. Ông ấy truyền lại những điều này cho nhiều người khác như Mác. Phi-e-rơ chết vào giữa những năm 60 trong thế kỷ thứ nhất. Bằng chứng có được cho thấy Mác đã viết Phúc Âm của mình trong cùng khoảng thời gian đó.

Không nghi ngờ gì nữa về việc Mác đã chịu ảnh hưởng từ những mong muốn của Phi-e-rơ trong việc truyền rao tin lành về Chúa Giê-xu cho nhiều người trong những thế hệ sau này, vì thế ông ấy đã viết lại tất cả thành một cuốn sách. Câu mở đầu của ông cho biết chủ đề của cuốn sách: "Khởi đầu Tin Lành của Đức Chúa Giê-xu Christ, Con Đức Chúa Trời" (Mác 1:1).

Chúa Giê-xu đã chết, sống lại và trở về thiên đàng khoảng năm 30 sau Công Nguyên. Mác viết sách này 30 năm sau đó- vừa vặn trong giai đoạn một đời người của những người đã sống qua các sự kiện mà ông ghi chép lại. Vì thế Mác phải viết một cách chuẩn xác. Nếu có bất kỳ sự bất nhất nào giữa việc mọi người thấy và điều ông viết sẽ làm cho ông mang tiếng xấu.

Có phải sách của Mác thay đổi theo thời gian không?

Sách Mác chúng ta đọc ngày nay khác với nguyên bản như thế nào?

Chúng ta không có sách gốc của Mác để so sánh với cuốn sách mà chúng ta gọi là Tin Lành Mác ngày nay. Điều này hết sức bình thường đối với các tài liệu cổ xưa, vì bản gốc có thể được viết trên giấy cói hoặc giấy da, là loại chất liệu cuối cùng sẽ bị mục rữa.

Vì lý do này, các nhà sử học đánh giá độ tin cậy của các bản sao từ nguyên bản bằng cách đặt các câu hỏi như sau:

- Các bản sao này có từ bao giờ?
- Khoảng thời gian giữa việc thực hiện viết bản gốc và việc chép lại các bản sao còn tồn tại đến ngày nay là bao lâu?
- Có bao nhiêu bản sao đã từng được tìm thấy?

Bảng bên dưới trả lời cho những câu hỏi này dựa vào các công trình lịch sử được nhiều người tin cậy, và so sánh các công trình này với Tân Ước (bao gồm Phúc âm Mác).

Như bảng bên dưới có chỉ ra, bản sao sách Mác tồn tại lâu đời nhất đã được chép lại 240 năm sau bản gốc (một khoảng thời gian tương đối ngắn) và có đến 14.000 bản sao đáng kinh ngạc tồn tại ngày nay. Vì thế, chúng ta có thể tin chắc rằng chúng ta đang đọc chính bút tích của Mác.

PHỤ LỤC | NHỮNG CÂU HỎI

	Thời gian tài liệu gốc	Thời gian bản sao cuối cùng còn tồn tại	Thời gian ước chừng giữa bản gốc và bản sao cuối cùng còn tồn tại	Số lượng bản sao cổ xưa còn tồn tại đến ngày nay
LỊCH SỬ CHIẾN TRANH PELOPONNESIAN CỦA SỬ GIA HY LẠP THUCYDIDES	Năm 431–400 TCN	Năm 900 và một số phân khúc thời gian cuối thế kỷ thứ nhất	1.300 năm	73
CHIẾN TRANH XỨ GALLIA CỦA CAESAR	Năm 58–50 TCN	Năm 825	875 năm	10
CÁC GHI CHÉP LỊCH SỬ CỦA SỬ GIA LA MÃ TACITUS	Năm 98–108	Năm 850	750 năm	2
TOÀN BỘ TÂN ƯỚC (Phúc âm Mác)	Năm 40–100 (Năm 60–65)	Năm 350 (Thế kỷ thứ ba)	310 năm (240 năm hoặc ít hơn)	14.000 (xấp xỉ 5,000 bản tiếng Hy Lạp; 8.000 bản tiếng La-tinh, 1.000 bản các ngôn ngữ khác)

KHÁM PHÁ | TIN LÀNH

ĐỊA DANH TRONG
PHÚC ÂM MÁC

LỜI THOẠI TRONG CÁC VIDEOS

Người hướng dẫn và người tham dự có thể tải phần lời thoại trong các video tại đây https://vanphamhatgiong.com/vi/kham-pha-tin-lanh/

LỜI TRI ÂN

Bộ sách Khám Phá Tin Lành

Tác Giả Barry Cooper
Craig Dyer
Alison Mitchell
Sam Shammas
Rico Tice
Nhà Biên Tập Alison Mitchell
Thiết Kế André Parker

Các Video Khám Phá Tin Lành

Director Steve Hughes
Producer Jane Hughes
Writer Barry Cooper
Teacher Rico Tice

Lời tri ân sâu sắc Đến những người đã đưa ra những phản hồi giúp chương trình từng bước cải thiện trong suốt những năm qua.

www.ingramcontent.com/pod-product-compliance
Lightning Source LLC
Chambersburg PA
CBHW051803040426
42446CB00007B/493